थैलीभर गोष्टी

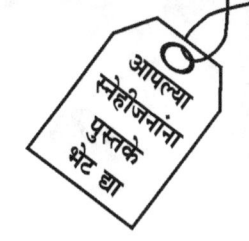

सुधा मूर्ती

अनुवाद
लीना सोहोनी

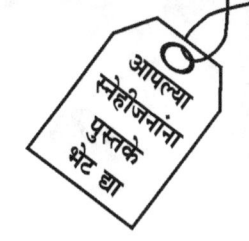

मेहता पब्लिशिंग हाऊस

THE MAGIC DRUM AND OTHER FAVOURITE STORIES
by SUDHA MURTY
© Sudha Murty

Translated into Marathi Language by Leena Sohoni

थैलीभर गोष्टी / अनुवादित कथासंग्रह

अनुवाद : लीना सोहोनी

Email : author@mehtapublishinghouse.com

मराठी अनुवादाचे व पुस्तक प्रकाशनाचे हक्क मेहता पब्लिशिंग हाऊस, पुणे.

प्रकाशक : सुनील अनिल मेहता, मेहता पब्लिशिंग हाऊस,
१९४१, सदाशिव पेठ, माडीवाले कॉलनी, पुणे – ४११०३०.

मुखपृष्ठ : फाल्गुन ग्राफिक्स

आतील चित्रे : चंद्रशेखर जोशी

प्रकाशनकाल: डिसेंबर, २००७ / फेब्रुवारी, २००८ / सप्टेंबर, २००८ /
मे, २००९ / मार्च, २०१० / मार्च, २०११ / मार्च, २०१२ /
फेब्रुवारी, २०१३ / मार्च, २०१४ / सप्टेंबर, २०१५ /
जून, २०१७ / पुनर्मुद्रण : फेब्रुवारी, २०१९

P Book ISBN 9788177669220
E Book ISBN 9788184988451

E Books available on : play.google.com/store/books
www.amazon.in/b?node=15513892031

जगभर सर्वत्र मौखिक परंपरेने
या लोककथा संक्रमित करणाऱ्या अनामिक
कथाकथनकारांना
हे पुस्तक कृतज्ञतापूर्वक अर्पण.

प्रस्तावना

स्वत:च्या जीवनात आलेले अनुभव कथन करण्यापेक्षा किंवा एखादी कादंबरी लिहिण्यापेक्षासुद्धा लहान मुलांसाठी कथा लिहिणं मला अधिक कठीण वाटतं. दंतकथा, कल्पकथा, कहाण्यांचा प्रवास मौखिक परंपरेने या पिढीकडून त्या पिढीकडे होत जाण्याचा आपल्या भारताचा शेकडो वर्षांचा इतिहास आहे. या कथांचा जन्म वेदांबरोबरच झाला. भारत हा असा एक देश आहे, जिथे प्रत्येक प्रसंगासाठी एक तरी कहाणी असतेच. आपल्याकडे गुणाढ्याचे 'कथासरितासागर', विष्णू शर्मांचे 'पंचतंत्र', बुद्ध धर्मातून आलेल्या 'जातककथा', दक्षिणेकडून आलेल्या 'बिरबलाच्या चातुर्यकथा', 'विक्रम आणि वेताळ' या कथा तर आहेतच, पण त्याशिवाय रामायण, महाभारत, विष्णूपुराण यांच्यातूनही कथांचा केवढा मोठा खजिना खुला झालेला आहे.

लहान मुलांचं मन हे ओल्या मातीच्या भिंतीसारखं असतं. या लहान वयात त्यांना काहीही शिकवणं म्हणजे धारदार काचेच्या तुकड्याने त्या भिंतीवर नक्षीकाम करण्यासारखं असतं. मुलं मोठी झाली तरी, या वयात त्यांच्या मनावर जे काही बिंबवण्यात आलेलं असतं, ते तसंच राहतं. त्यामुळे मुलांवर योग्य वयात योग्य त्या नीतिमूल्यांचे संस्कार करणं फार महत्त्वाचं असतं. ह्या संस्कारांची शिदोरी त्यांना जन्मभर पुरते.

मुलं जेव्हा लहान असतात तेव्हा त्यांच्या मनात ईश्वराविषयी श्रद्धा निर्माण करणं आणि त्यांची कल्पनाशक्ती फुलवणं अत्यंत महत्त्वाचं आहे. त्यामुळेच मुलं खूप लहान असतात तेव्हा त्यांना ज्या कथा सांगण्यात येतात त्यात खुद्द परमेश्वर प्रकट होतो, तो दुष्टांना शासन करतो, पऱ्या स्वर्गातून पृथ्वीवर अवतरतात. वाईट माणसांना शिक्षा होते आणि भक्तिभावाने केलेल्या कृतीला बक्षीस प्राप्त होतं. या कथांमध्ये साप, नाग, ससा, उंदीर, कोल्हा, मांजर, मगर, सिंह, हरिण इत्यादीही असतात.

मी या कथा खास बाल्यावस्था संपवून किशोरावस्थेत पदार्पण केलेल्या मुलामुलींसाठी लिहिल्या आहेत. कल्पना आणि वास्तव यातील फरक आजच्या मुलांना व्यवस्थित समजतो. सत्य काय, हे त्यांना समजलंच पाहिजे. काय चांगलं, काय वाईट याची पारख त्यांना झाली पाहिजे, हे मनात ठेवूनच मी त्यांच्यासाठी या कथा लिहिल्या आहेत.

मी काही दिवसांपूर्वी दक्षिण आफ्रिकेच्या जंगलात पर्यटनासाठी गेले होते. तेथे खरीखुरी प्राणिसृष्टी आणि त्यांचं वर्तन बघण्याची मला संधी मिळाली. त्यानंतर मी एक गोष्ट ठरवली. आपण प्राण्यांवर आपल्या कथेमधून सूड, प्रेम अशा मानवी भावभावना मुळीच लादायच्या नाहीत.

यापैकी कोणत्याही कथेत प्राणी, देव, चमत्कार, शाप असे काहीही नाही. असूया, मत्सर, भामटेगिरी, परोपकारी वृत्ती, कंजूष वृत्ती अशा खऱ्या खुऱ्या मानवी भावनांवरच या कथा आधारित आहेत. त्या वास्तवतेशी नातं सांगणाऱ्या आहेत.

मी लहानपणी ऐकलेल्या काही कथा मी माझ्या शब्दांत परत लिहिल्या आहेत. काही कथा मी विविध देशांच्या नागरिकांच्या तोंडून ऐकल्या आहेत. त्या त्यांच्या देशातील परंपरागत लोककथा आहेत. काही कथा मात्र मी स्वत:च्या कल्पनेतून निर्माण केल्या आहेत. यातील बऱ्याच कथांचे मूळ लेखक कोण याची मला काहीही कल्पना नाही. काही परकीय कथांचे पुनर्कथन करत असताना मी त्याला भारतीय पार्श्वभूमीचा संदर्भ दिला आहे. परंतु मी मुद्दामच राजे व राण्यांचा कालखंड निवडला आहे. ज्या काळात वीज, अत्याधुनिक तंत्रज्ञान इत्यादी काहीही उपलब्ध नव्हते, असा हा काळ आहे.

मी लेखन करत असताना एक गोष्ट माझ्या लक्षात आली – लोककथांना नेहमीच संस्कृतीचा संदर्भ असतो. उदाहरणार्थ जर भारतीय लोककथा असेल तर त्यात स्वर्ग, नरक, शाप, उ:शाप, देव इत्यादींचा उल्लेख असतो. बहुतेक वेळा या कथांमधील नायक-नायिका लग्न करून सुखाने राहू लागतात. याउलट जर आपण पाश्चात्त्य लोककथा पाहिल्या तर त्यामध्ये माणसामाणसांमधील नातेसंबंध, व्यवहार, तर्कशास्त्र इत्यादी गोष्टींना महत्त्व असतं. आग्नेय आशियातील लोककथा जर आपण पाहिल्या तर त्यांच्या केंद्रस्थानी अतिंद्रीय शक्ती, मंत्रतंत्र, जादूटोणा, चोराला पकडणे इत्यादी घटना असतात.

बऱ्याच लोककथा पुरुषप्रधान असतात. त्यामध्ये गरीब लोक हे नेहमी सुस्वभावी, कनवाळू तर श्रीमंत लोक हे वाईट स्वभावाचे, व्यापारी बरेचदा भामटे, दुसऱ्यांना फसवणारे असतात.

हे पुस्तक लिहून पूर्ण करताना मला अनेकांची मदत झाली आहे, त्या सर्वांची मी ऋणी आहे. मूळ इंग्रजी भाषेत असलेल्या या पुस्तकाचा मराठी अनुवाद सौ. लीना सोहोनी यांनी केला आहे. माझं मन आणि माझ्या भावभावना उत्तम रीतीने समजून घेऊन त्यांनी हा अनुवाद केला असल्याने, तो अत्यंत सकस झालेला आहे. इतका, की वाचकांना आपण एक अनुवादित पुस्तक वाचत आहोत असं वाटणारच नाही. मूळ पुस्तक वाचल्याचा आनंद हा अनुवाद देईल. यातील कथांना आपल्या रेखाचित्रांनी सजवणारे श्री. चंद्रशेखर जोशी व पुस्तकाला सुंदर मुखपृष्ठाने नटवणारे श्री. चंद्रमोहन कुलकर्णी यांचे मी आभार मानते. पुस्तकाच्या प्रकाशकांचे मी विशेष आभार मानते.

अखेर ज्या बालगोपाळांसाठी ह्या पुस्तकाचा प्रपंच केला, त्यांच्या पसंतीला ते उतरणं माझ्या दृष्टीने सर्वात महत्त्वाचं आहे.

—सुधा मूर्ती, बेंगळुरु

अ
नु
क्र
म
णि
का

अ
नु
क्र
म
णि
का

All rights reserved along with e-books & layout. No part of this publication may be reproduced, stored in a retrieval system or transmitted, in any form or by any means, without the prior written consent of the Publisher and the licence holder.
Please contact us at **Mehta Publishing House,** Pune.

Email : production@mehtapublishinghouse.com

Website : www.mehtapublishinghouse.com

♦   *या पुस्तकातील लेखकाची मते, घटना, वर्णने ही त्या लेखकाची असून त्याच्याशी प्रकाशक सहमत असतीलच असे नाही.*

अलकावतीचा सम्राट

सुमंत हा विदिशानगरात राहणारा एक हुशार तरतरीत मुलगा. पण तो जन्मल्यापासूनच पोरका होता. आईवडिलांचं छत्र डोक्यावर नाही. त्यामुळे लबाडी करून, लोकांना फसवून, भामटेगिरी करून आयुष्य जगण्याची त्याला सवय झाली होती. कष्ट न करता ऐषारामाचं आयुष्य जगता यावं, एवढं एकमेव ध्येय त्याच्या डोळ्यांपुढे होतं. तो लहानाचा मोठा होऊन तरुण झाला तरीही त्याची ही ऐदीपणाने बसून खाण्याची सवय गेली नव्हती.

एक दिवस सुमंत एका मिठाईच्या दुकानात गेला असता त्या मिठाईवाल्याचं आणि त्याच्या मुलाचं संभाषण त्याच्या कानी पडलं.

"बाळा, मला फार झोप आली आहे. जरा थोडावेळ दुकानाकडे बघ हं. आणि हे पाहा, कोणीतरी बडा माणूस दुकानात आला तरच मला उठव. उगीच आलतूफालतू कारणासाठी उठवू नको."

दुकानदार निघून गेल्यावर सुमंत मुद्दामच थोडावेळ थांबला आणि नंतर दुकानात शिरला. तो दुकानदाराच्या मुलाला म्हणाला, ''हे पहा, मी तुझ्या वडिलांचा अगदी जिवलग मित्र आहे. त्यांनीच मला तुमच्या दुकानातून मिठाई घेऊन जायला सांगितली आहे.'' असं म्हणून त्याने सरळ मिठाईने भरलेल्या ताटांमधून एकेक मिठाईचा तुकडा उचलून खायला सुरुवात केली.

तो मुलगा गोंधळून गेला आणि रागाने म्हणाला, ''अहो, पण तुमचं नाव तरी काय?''

''माझं नाव माशी!''

त्यावर दुकानदाराचा मुलगा दुकानाच्या पाठीमागे लागूनच असलेल्या घराकडे पळत गेला आणि त्याने वडिलांना झोपेतून उठवून सांगितले, ''बाबा, बाबा, माशीने येऊन मिठाई खायला सुरुवात केली आहे. मी काय करू?''

''अरे वेड्या, माशी खाऊन खाऊन किती खाईल? रोज इतक्या माश्या येतात. मला झोपेतून उठवून त्रास देऊ नको.'' डोळेसुद्धा न उघडता दुकानदार मुलावर खेकसला आणि परत मोठ्यांदा घोरू लागला.

सुमंत बाहेरून हे सगळं संभाषण ऐकत होताच. तो स्वत:वर खूश होऊन आणखी एका मिठाईच्या थाळीतील मिठाई खाऊ लागला.

तो लहान मुलगा परत धावतच घराकडे गेला आणि वडिलांना हाक मारून म्हणाला, ''बाबा, बाबा माशीने आता दुसऱ्या थाळीतील मिठाई खायला सुरुवात केली आहे.''

आता मात्र तो दुकानदार खरंच वैतागला आणि म्हणाला, ''हे बघ, खाल्ली तर खाऊ दे. मला त्रास देऊ नको. तू जा बघू इथून.''

तो मुलगा पण अस्वस्थ झाला, पण तो गप्प बसला. सुमंतने मिठाईच्या दोन पेट्या उचलल्या आणि आनंदाने तिथून बाहेर पडला.

त्यानंतर तेथून तो सरळ कनकचंद्रच्या दुकानात गेला. हा कनकचंद्र मुलखाचा कंजूष माणूस होता. सुमंत त्याला म्हणाला, ''धनी, मी तुमच्यासाठी या दोन मिठाईच्या पेट्या आणल्या आहेत. तुम्ही विदिशानगरातील सर्वांत भले गृहस्थ आहात. मी पडलो एक गरीब माणूस. तुम्हाला भेट म्हणून देण्यासारखं माझ्यापाशी आणखी काही नाही.''

फुकटची मिठाई मिळाल्यामुळे कनकचंद्रही फार खूश झाला. त्याने मिठाईच्या पेट्या घेण्यासाठी लगेच हात पुढे केला.

''पण धनी, मला रिकाम्या पेट्या परत हव्या आहेत.'' असं म्हणून सुमंत थांबला.

''ठीक आहे. त्यात काहीच अडचण नाही.'' कनकचंद्र म्हणाला. त्याच्या

डोक्यात फुकट मिळालेल्या मिठाईची किंमत किती असेल, याचा हिशेब चालू होता.''

''हे बघ, माझं घर मागच्याच बाजूला आहे. तू माझ्या घरी जा आणि माझ्या बायकोकडून दोन रिकामी भांडी घे. त्यात ती मिठाई ठेव आणि तुझ्या रिकाम्या पेट्या परत ने!''

त्याने सुमंतला खुणेनेच मागच्या बाजूला असलेले आपले घर दाखवले. त्याची पत्नी स्वयंपाकघरात कामात व्यग्र होती.

सुमंत तिच्यापाशी जाऊन म्हणाला, ''वहिनी, मालकांनी तुमच्याकडून दोन सोन्याची नाणी घ्यायला सांगितली आहेत.''

हे ऐकून कनकचंद्राच्या पत्नीला धक्काच बसला. हे काहीतरी विचित्र होतं. ती सुमंतला सोन्याची नाणी देण्यास तयार होईना. त्यावर सुमंत मोठ्यांदा ओरडून म्हणाला, ''मालक, वहिनी तुम्ही सांगितलेली गोष्ट मला देत नाहीयेत.''

कनकचंद्राकडे त्यावेळी गिऱ्हाईक आलं होतं व त्याचा त्या गिऱ्हाईकाशी सौदा चालू होता. आपल्या बायकोनं आपलं ऐकू नये, याचा त्याला राग आला. तो जरा मोठ्यांदा ओरडून म्हणाला, ''अगं, सुमंत जे मागतोय ते दे बघू त्याला!''

तिनं जरा नाराजीनेच दोन सोन्याची नाणी काढून सुमंतच्या हातावर ठेवली. सुमंतने तिचे आभार मानले आणि कनकचंद्रासाठी ती मिठाई तिथेच ठेवून तो निघून गेला.

त्यानंतर तो गावाबाहेर गेला व तेथील एका झुडपाच्या मुळाशी त्याने त्यातील एक नाणं पुरलं. त्यानंतर हातात एक काठी घेऊन तो त्या झुडपाशी राखण करत बसला.

एवढ्यात त्याला जवळच घोड्यांच्या टापांचा आवाज ऐकू आला. त्याबरोबर लगेच हातातील काठी त्या झुडपाभोवती फिरवत तोंडाने काहीतरी पुटपुटत हातवारे करत तो तिथे बसून राहिला. एवढ्यात एक सैनिक घोडदौड करत तेथे आला. सुमंतचं वागणं त्याला विचित्र वाटलं म्हणून तो रस्त्यात थांबून त्याला म्हणाला, ''अरे बाबा, तू काय करतोयस हे?''

''धनी, माझ्याकडे ही जादूची काठी आहे. रोज सकाळी मी ही काठी घेऊन घराबाहेर पडलो की ती काठी आपोआप मला एका झुडपापाशी खेचून नेते. त्या झुडपाखाली खजिना दडलेला असतो. आज ही काठी मला इथे घेऊन आली आहे. मी तो खजिना शोधतोय.''

ते ऐकून तो सैनिक थक्क होऊन घोड्यावरून खाली उतरला आणि म्हणाला, ''छे! माझा नाही विश्वास बसत.''

त्यावर सुमंत शांतपणे म्हणाला, ''तसं असलं, तर स्वत:च्या डोळ्यांनी बघा.''

त्या सैनिकाने झुडपाच्या मुळाशी खणण्यास सुरुवात केली आणि थोड्यावेळाने खरोखरच एक सोन्याचं नाणं त्याच्या नजरेस पडलं. त्याबरोबर तो सुमंतकडे वळून म्हणाला, ''धन्य आहे! खरोखर! अरे, मला ही काठी देशील का?''

सुमंत ढोंगीपणे म्हणाला, ''मी या काठीला कधीही अंतर देणार नाही. हे तर माझं जीवन आहे.''

आता त्या सैनिकाने घासाघीस सुरू केली. ''अरे, मला काही तुझी काठी फुकट नको. हा माझा उमदा, देखणा घोडा तू घे, आणि तुझी काठी मला दे.''

पण सुमंत काही ऐकायलाच तयार नव्हता. तो म्हणाला, ''नको, धनी. माझी काठी तुमच्या घोड्यापेक्षा कितीतरी मौल्यवान आहे. मला रोज रोज सोन्याची नाणी मिळू शकतील.''

आता मात्र त्या सैनिकाने रुद्रावतार धारण केला. ''हे पहा, तू जर मला ती काठी दिली नाहीस ना, तर मी तुला शंभर फटक्यांची शिक्षा करीन. मी सैन्यातला माणूस आहे. या अशा गोष्टी कशा करून घ्यायच्या, ते मला चांगलं ठाऊक आहे.''

आता सुमंतने हताश झाल्यासारखा चेहरा करून त्या सैनिकाकडून तो घोडा

घेऊन त्याला आपली काठी दिली. आणि आनंदाने त्या घोड्यावर बसून पुढे निघाला.

तेथून तो पुढच्या गावात गेला आणि तेथील जमिनदाराच्या घरी गेला. तो जमीनदार चांगला धनाढ्य होता. गावात त्याच्या नावाला चांगली प्रतिष्ठा होती. त्याच्याकडे घोड्यांचा प्रचंड मोठा तबेला होता.

सुमंतने त्याला विनंती केली, ''धनी, मी एक प्रवासी आहे. आत्ता अंधार पडत चालला आहे आणि माझ्या घोड्याला विश्रांतीची गरज आहे. फक्त आजची रात्र माझ्या घोड्याला तुमच्या तबेल्यात ठेवून घ्याल का? मी ही रात्र दुसरीकडे कुठेतरी घालवीन.''

त्या जमीनदाराने सुमंतची विनंती मान्य केली. त्याने सुमंतची दुसरीकडे व्यवस्था केली आणि घोड्याला आपल्या तबेल्यात ठेवून घेतले.

दुसऱ्या दिवशी सकाळी लवकर उठून सुमंत त्या जमीनदाराकडे गेला आणि म्हणाला, ''धनी, मला जरा वेळासाठी एक चाळणी हवी होती. तुमच्याकडे चाळणी असली तर मला देता का?''

त्याचे ते शब्द ऐकून जमीनदार बुचकळ्यात पडला. चाळणीने चाळण्याजोगे काहीही त्याच्याकडे नाही याची जमीनदाराला खात्री होती. तरीपण त्याने सुमंतला चाळणी दिली आणि आपल्या विश्वासातील नोकराला सुमंतवर पाळत ठेवण्यासाठी पाठवून दिले. सुमंतने आता तबेल्यातून आपल्या घोड्याला घेतले. त्याचबरोबर त्याने रात्रभरात जमिनीवर टाकलेली लीदही उचलून घेतली. तेथून तो दुसऱ्या एका खोलीत गेला व त्याने खोलीचे दार लावून घेतले. जमीनदाराचा नोकर आपल्यावर पाळत ठेवून आहे याची सुमंतला पुरेपूर कल्पना होती.

तबेल्यातील जमिनीवरून घोड्याची लीद उचलून घेत असतानाच सुमंतने गुपचूप आपल्याजवळचे राहिलेले सोन्याचे नाणे त्यात मिसळले होते. आता खोलीत आल्यावर त्याने ती लीद चाळणीत घालून सावकाश चाळण्यास सुरुवात केली. जमीनदाराच्या नोकराच्या सर्वकाही व्यवस्थित दृष्टीस पडावे याची त्याने पुरेपूर काळजी घेतली. ती लीद चाळता चाळता अचानक आपल्याला ते सोन्याचं नाणं सापडलं आहे असा बनाव करत त्याने ते स्वच्छ पुसलं आणि खिडकीतून येणाऱ्या सूर्यप्रकाशात धरलं. त्यानंतर ते नाणं आपल्या खिशात टाकून त्याने खोलीचं दार उघडलं.

नोकराने पळत जाऊन सर्वकाही आपल्या मालकाच्या कानावर घातले.

आता त्या जमीनदाराला लोभ सुटला. तो सुमंतला बोलावून म्हणाला, ''तुझ्या घोड्याविषयी मला सर्व काही सांग. आणि लक्षात ठेव, मला खरं काय ते कळलं पाहिजे.''

सुमंत घाबरल्याचा अभिनय करत म्हणाला, ''धनी, मी एका साधूची खूप मनोभावे सेवा केल्यामुळे त्याने प्रसन्न होऊन मला ही देणगी दिली आहे. हा जादूचा घोडा आहे. दिवसातून एकदा सकाळच्या वेळी हा आपल्या विष्ठेसोबत एक सोन्याचं नाणं बाहेर टाकतो.''

ते ऐकून जमीनदार भारावून गेला आणि म्हणाला, ''मी तुला शंभर सोन्याची नाणी देतो. त्या मोबदल्यात तू हा घोडा मला दे.''

नेहमीप्रमाणे सुमंतने खूप आढेवेढे घेतले. नाटकं केली. जमीनदाराने त्याला मारहाण करण्याची धमकी दिल्यावर त्याने शंभर नाण्यांच्या बदल्यात तो घोडा त्याला दिला आणि तेथून निघाला.

सुमंत तेथून दुसऱ्या गावात गेला व तेथे एका वृद्ध जोडप्याच्या घरी त्याला आश्रय मिळाला. त्याची निरीक्षणशक्ती अफाट होती. त्या जोडप्याच्या घरात अनेक प्रकारची औषधे व वनस्पती होत्या आणि त्या औषधाच्या कुप्यांवर 'चिरतारुण्य-प्राप्तीसाठी' अशा चिठ्ठ्या चिकटवलेल्या होत्या. त्या जोडप्याची तारुण्यप्राप्तीसाठीची धडपड त्याच्या लक्षात आली.

दुसऱ्या दिवशी सकाळी उठून तो रानात फेरफटका मारण्यास गेला. तेथे एका झोपडीत एक वृद्ध स्त्री आपल्या तरुण सुंदर नातीबरोबर राहत होती. सुमंतने त्या वृद्धेला जवळ बोलावले व तो तिला म्हणाला, ''मी जसे सांगतो तसे तुम्ही जर

केलेत तर मी तुम्हाला दोघींनाही एकेक सोन्याचं नाणं बक्षीस देईन.'' सोन्याच्या नाण्याच्या मोहाने ती वृद्ध स्त्री त्या गोष्टीला तयार झाली.

आता सुमंत परत त्या वृद्ध जोडप्यापाशी गेला. त्याच्या हातात एक औषधाची कुपी होती.

त्या वृद्ध माणसाने कुतूहलाने विचारले, ''या कुपीत काय आहे?'' त्यावर सुमंत म्हणाला, ''यात मी हिमालयातून आणलेलं खास औषध आहे. तुम्ही जर ते औषध लावून काही विशिष्ट उपचार करून घेतलेत, तर तुम्ही तरुण व्हाल.''

हे ऐकून त्या वृद्ध जोडप्याचं कुतूहल जागृत झालं. ''तुमच्याकडे या गोष्टीचा काही पुरावा आहे का? आणि त्यासाठी खर्च काय येईल?''

''त्यासाठी शंभर सोन्याची नाणी एवढा खर्च येईल आणि माझ्याकडे त्याचा पुरावाही आहे. चला माझ्याबरोबर.''

असं म्हणून सुमंतने त्या दोघांना रानातील त्या वृद्ध स्त्रीच्या झोपडीकडे नेले.

ती वृद्धा बागेत झाडू मारत होती. सुमंतने त्या जोडप्याला दुरूनच ती वृद्ध स्त्री दाखवली आणि त्यांना तिथेच थांबण्यास सांगितले. तो म्हणाला, ''माझ्या औषधाने आणि उपचारांनी ही वृद्ध स्त्री तरुण होईल. तुम्ही फक्त बघत राहा.''

त्यानंतर सुमंतने त्या वृद्ध स्त्रीला घरात नेऊन एका पडद्याआड नेलं व तिला एक सोन्याचं नाणं दिलं. ते घेऊन ती मागील दाराने बाहेर पडली व त्याच दाराने तिची तरुण नात आत आली. त्यानंतर थोड्या वेळाने ती झोपडीतील पडद्यामागून बाहेर पडली व हातात झाडू घेऊन बगीचा झाडू लागली. तिच्या अंगात हुबेहूब तिच्या आजीसारखाच पोशाख होता. त्यामुळे बाहेर थांबलेल्या वृद्ध जोडप्याची चांगलीच फसगत झाली.

त्यानंतर तो वृद्ध माणूस सुमंतला म्हणाला, ''ही शंभर नाणी घ्या आणि ताबडतोब मला तरुण बनवा.''

सुमंतने त्याला पडद्याआड नेऊन गुंगीचे औषध दिले. तो माणूस बेशुद्ध पडला. सुमंत बाहेर येऊन त्याच्या पत्नीला म्हणाला, ''तुमचे पती फार वयोवृद्ध असल्यामुळे त्यांना तरुण होण्यास जरा वेळ लागेल. तुम्हाला येथे काही तास थांबावे लागेल. मी तुम्हाला तुमचं औषध उद्या देईन.''

पण त्या वृद्ध स्त्रीचा त्यावर विश्वास बसेना. ''तसं नको. तुम्ही मला आत्ताच्या आत्ताच ते औषध द्या. जर माझे पती माझ्याआधी तरुण झाले तर ते माझ्याऐवजी या तरुणीलाच आपली पत्नी म्हणून घेऊन जातील.''

तिनेसुद्धा शंभर सोन्याची नाणी काढून सुमंतच्या हातात ठेवली सुमंतने तिला झोपडीत नेले आणि दुसऱ्या खोलीत एका पडद्याआड झोपवून गुंगीचे औषध दिले. ती तात्काळ बेशुद्ध झाली.

त्यानंतर बाहेर येऊन अंगण झाडत असलेल्या तरुण मुलीच्या हातावर एक सोन्याचे नाणे ठेवून त्याने तेथून पोबारा केला. त्या मुलीला सुमंतच्या कारवायांविषयी काहीही माहीत नव्हते.

अशाच त्याच्या उचापती चालूच राहिल्या आणि थोड्याच दिवसांत सुमंतच्या लबाडीच्या कथा संपूर्ण राज्यात पसरल्या. लोक आपापसात त्याच्याविषयी बोलू लागले.

ते ऐकून राजा अस्वस्थ झाला. कसेही करून या भामट्याला पकडायचे, असा त्याने निश्चय केला. अखेर त्याच्या प्रयत्नांना यश आले आणि राजाच्या माणसांनी सुमंतला पकडून राजासमोर हजर केले.

राजा त्याला म्हणाला, ''तू अव्वल दर्जाचा भामटा आहेस. तुला शिक्षा झालीच पाहिजे.'' त्यानंतर राजाने शिपायांना बोलावून सांगितले, ''याला एका पोत्यात घालून पोत्याचे तोंड घट्ट बांधून ठेवा आणि सूर्यास्तानंतर त्याचा कडेलोट करा.''

राजाच्या शिपायांनी त्याला एका पोत्यात बांधलं, परंतु सूर्यास्त होण्यास बरेच तास बाकी होते. त्यामुळे त्यांनी ते पोतं एका झाडाखाली ठेवून दिलं. सूर्यास्तानंतर येऊन त्याचा कडेलोट करायचा, असं ठरवून ते घरी निघून गेले.

पोत्यात बसून सुमंत सुटकेचा विचार करत होता. एवढ्यात त्याला अगदी जवळपास हत्तीच्या पायांचा आवाज ऐकू येऊ लागला.

सुमंत आता पोत्यातून मोठमोठ्यांदा ओरडू लागला. ''मला राजा नाही व्हायचं. मला मदत करा. कुणीतरी सोडवा मला. मला खरंच राजा व्हायचं नाही.'' त्याने आतून जोरजोरात लाथा झाडण्यास सुरुवात केली.

झाडाखालचं पोतं जोरात हलत आहे हे पाहून आणि आतून कुणीतरी ओरडत आहे हे ऐकून हत्तीवरचा माणूस खाली उतरला व त्याने पोत्याचं तोंड उघडलं. सुमंत बाहेर आला आणि त्याने एक नवीनच कपोलकल्पित कथा सांगण्यास सुरुवात केली. ''धनी, तुमचे फार मोठे उपकार झाले माझ्यावर. आज मला तुम्ही वाचवलंत. या राजाला मूलबाळ नाही आणि त्यामुळे राज्याला वारस नाही याची त्याला चिंता आहे. आज सकाळी राजाच्या हत्तीने आपल्या सोंडेने मला स्पर्श केला. तो शुभशकुन आहे असं समजून राजाने मला आपल्या राज्याचा वारसदार नेमण्याचं ठरवलं आहे. पण मी एक साधासुधा गरीब माणूस आहे. मी माझ्या आयुष्यात सुखी आहे. मला राजा नाही व्हायचं. पण मी कबूल होईपर्यंत मला या पोत्यात डांबून ठेवण्यात आलंय. शिक्षा म्हणून...''

हे ऐकून तो माणूस खूप खूष झाला. तो म्हणाला, ''हे पाहा, तुम्हाला चालणार असेल तर या संधीचा फायदा घेण्यास मी तयार आहे. मला आवडेल राजा व्हायला. तुमची जागा मी घेतो आणि माझी जागा तुम्ही घ्या.''

नेहमीप्रमाणे सुमंतने आधी बरेच आढेवेढे घेतले आणि नंतर तो या गोष्टीस तयार झाला. सुमंत हत्तीवर आरूढ झाला आणि त्याच्या जागी तो माणूस पोत्यात जाऊन बसला.

सायंकाळी राजाचे शिपाई आले. त्यांनी त्या पोत्यातील माणसाचा कडेलोट केला.

दुसऱ्या दिवशी हत्तीवर स्वार होऊन मोठ्या रुबाबात सुमंत त्या नगरात फिरू लागला.

''सुमंत, अरे तू जिवंत कसा?'' लोक त्याला आश्चर्याने विचारू लागले. खुद्द राजाही बुचकळ्यात पडला.

सुमंतने सर्वांना एकच उत्तर दिलं, ''मला त्या कड्यावरून खाली फेकण्यात आलं. मी खाली जाऊन पोहोचलो, तर काय? तेथे सुंदर नगरी होती. तिचं नाव अलकावती. तुमच्या या राज्यापेक्षा शंभर पटीने मोठी होती ती. तिथे लोक स्वयंपाकासाठी सोन्या-चांदीची भांडी वापरत होते. झाडं तर हिऱ्यामाणकांनी लगडलेली होती. प्रत्येक साध्या सुध्या नागरिकाचं घर म्हणजे तर जणू प्रासादच. पण त्या नगरीला कोणी राजाच नव्हता. मी तिथे पोहोचल्यावर त्यांनी आपला राजा म्हणून माझी निवड केली. माझा राज्याभिषेक आता लवकरच होणार आहे आणि मी सर्वांना त्याचं निमंत्रण देण्यासाठी आलो आहे. धनी, तुमच्यामुळेच मी तेथे जाऊन पोहोचलो,

त्यामुळे तुम्ही तर आलंच पाहिजे.''

हे ऐकल्यावर काही काळ राजा काहीच बोलला नाही. त्यानंतर म्हणाला, ''सुमंत, मला तुझी दया येते. तू इतका बुद्धिमान आहेस, पण ही सगळी बुद्धी तू वाईट कामांसाठी खर्च करत आहेस. तू आपल्या अक्कल हुशारीने बऱ्याच लोकांना फसवलं आहेस, हे जरी खरं असलं तरीसुद्धा तू त्यांना फसवू शकलास, कारण ते कमजोर होते. तू त्या पहिल्या दुकानदारच्या मुलाला स्वत:चं नाव 'माशी' असल्याचं सांगितलंस. पण तो दुकनादार आळशी असल्यामुळे त्याने स्वत: येऊन खात्री करून घेतली नाही. त्या कंजूष माणसाने आपल्या बायकोपुढे 'भांडी' हा शब्द उच्चारला नाही, कारण त्याला एकीकडे मोफत मिठाई तर हवी होती, शिवाय दुसरीकडे हातचा सौदाही सोडायचा नव्हता. तो सैनिक आणि तो जमीनदार यांना कष्ट न करता पैसे मिळवण्याचा लोभ सुटल्यामुळेच त्यांनी तुझ्या शब्दावर विश्वास ठेवला. त्या वृद्ध जोडप्याला तरुण होण्याची आशा लागली होती. वृद्धापकाळ हा निसर्गक्रम असतो ही गोष्ट ते विसरले. जो माणूस तुझ्याऐवजी त्या पोत्यात जाऊन बसला तोही अशाच कुठल्यातरी अभिलाषेनंच असणार! सुमंत, अलकावती नगरी ही माझ्या राजधानीपेक्षा कितीतरी वैभवशाली आहे असं भासवून तू मलाही फसवण्याचा प्रयत्न केलास. पण त्या दरीत अशी कोणतीही अलकावती नगरी नाही, याची मला पूर्ण कल्पना आहे. सुमंत, बुद्धिमत्ता ही खरंतर ईश्वरी देणगी आहे. तिचा वापर समाजाच्या उद्धारासाठी करायचा असतो. एक राजा म्हणून मी तुझी ही चाल ओळखली. तू तुझ्या बुद्धिमत्तेचा वापर चांगल्या कल्याणकारी कामांसाठी केलास, तर एक दिवस तू खरोखरीचा राजा होऊ शकशील. कायम लोकांना फसवत राहणं तुलाही शक्य होणार नाही.''

राजाचे ते शब्द ऐकून सुमंतने शरमेने मान खाली घातली आणि राजाकडे क्षमायाचना केली. त्यानंतर राजाने त्याच्या शिक्षणाची व्यवस्था केली आणि अगदी अल्पावधीतच सुमंत राजाच्या खास विश्वासातील व सर्वांत उत्तम मंत्री बनला.

✦

एक रुपयासाठी झगडा

हिमाकर आणि सीतापती हे दोघे तरुण दोन शेजारच्या गावांमध्ये राहत होते. त्यांची एकमेकांशी ओळख नव्हती, कधी एकमेकांना पाहिलेलंही नव्हतं त्यांनी.

जवळच्याच दुसऱ्या एका गावात जत्रा भरली होती. झटपट पैसा मिळवून श्रीमंत होण्याच्या कल्पनेने हिमाकरला झपाटले. तो पोतंभर लोकर विकण्यासाठी घेऊन चालतच त्या गावाला निघाला.

तो बरंच अंतर पार करून गेल्यानंतर त्याला अचानक आपल्यापुढे एक माणूस चालत चाललेला दिसला. त्याच्या पाठीवरसुद्धा हिमाकरसारखंच एक पोतं होतं, परंतु तो त्या ओझ्याने थकल्यासारखा पाय ओढत चालला होता.

बहुधा त्या माणसालाही आपल्या पाठीवरच्या पोत्यातील वस्तू त्या जत्रेत नेऊन विकायच्या असाव्या, असं हिमाकरच्या मनात आलं. ते खरंच होतं.

सीतापतीसुद्धा त्याच जत्रेच्या ठिकाणी चालला होता. त्याच्या पाठीवर विड्याच्या पानांनी भरलेलं पोतं होतं, ते त्याला तिथे विकायचं होतं.

चालून चालून दोघंही चांगलेच थकले होते. डोक्यावर सूर्य तळपत होता, त्यामुळे थकवा जास्तच जाणवत होता. सीतापती तर इतका दमला होता, की त्याला

आता एक पाऊलही उचलणं कठीण जात होतं. वाटेत एक भलं मोठं झाड लागताच त्या झाडाच्या सावलीत बसून क्षणभर विसावा घ्यावा म्हणून तो थांबला. त्याने पाठीवरचं ओझं बाजूला ठेवलं, डोक्यावरचं पागोटं उतरवलं आणि तो झाडाखाली बसला. एवढ्यात हिमाकरही तेथे पोहोचला. तो बऱ्याच वेळापासून सीतापतीकडे बघत होता. सीतापती विश्रांतीला सावलीत बसल्याचं पाहताच त्यानेही आपल्या हातातील पोतं जमिनीवर ठेवले आणि तो सीतापतीच्या शेजारी बसला.

हिमाकरने ताबडतोब चौकशा सुरू केल्या.

दोघांचीही आधीची ओळख नसल्यामुळे एकमेकांची जरा औपचारिक विचारपूस करून झाली व लवकरच दोघे आपापल्या धंद्याविषयी बोलू लागले.

"माझ्या पोत्यातील लोकर अत्यंत उत्कृष्ट दर्जाची आहे. आम्ही खास उत्तम जातीच्या मेंढ्या पाळल्या असून त्यांचीच ही लोकर आहे. पण काय करणार! मला पैशाची फार निकड असल्यामुळे मला बाजारभावापेक्षा खूपच कमी भावाला ही सगळीच्या सगळी लोकर विकणं भाग पडतंय!"

असं म्हणून हिमाकरने आपल्या पोत्याचं तोंड जरासं उघडून वरची लोकर सीतपतीला दाखवली.

सीतापती म्हणाला, "अरे, वा! फारच छान आहे हं. मी माझ्या पोत्यात विड्याची पानं घेऊन चाललोय. ती माझ्या बगिच्यातील आहेत. मी ती उत्तम प्रतीचं खत घालून खूप काळजीपूर्वक वाढवली आहेत. ती पानं इतकी ताजी आणि मऊ आहेत की फारशी चावावीही लागत नाहीत. ती आरोग्याला उत्तम आणि चवदार आहेत. जर माझ्या शेजाऱ्यांनी ती पाहिली असती तर क्षणार्धात सगळं पोतं रिकामं होऊन गेलं असतं. पण माझे शेजारी माझे जवळचे मित्र आहेत, त्यामुळे त्यांच्याकडून मी काही पैसे घेऊ शकत नाही. आता मला पैशाची निकड आहे. त्यामुळे मी ही पानं विकायला जत्रेच्या ठिकाणी चाललो आहे. पण हे पोतं इतकं जड आहे की ते मी आता आणखी वाहून नेऊ शकणार नाही..." असं म्हणून त्याने आपल्या पोत्याचं तोंड उघडून वरवरची पाने हिमाकरला दाखवली.

थोडक्यात दोघांनाही जत्रेपाशी जाऊन पोहोचण्याआधीच आपला बराचसा माल विकला गेला तर बरं, असं वाटत होतं. मग दोघं एकमेकांशी सौदा करण्यासाठी बसले.

हिमाकर म्हणाला, "लोकर विड्याच्या पानांपेक्षा जास्त महाग असते. शिवाय विड्यांची पानं नाशवंत असतात. ती तर एका दिवसातच कुजून जातील. त्यामुळे आपण दोघेही आपल्या जवळच्या वस्तूंची एकमेकांच्यातच देवाण-घेवाण करू. फक्त तू मला एक रुपया जास्त दिला पाहिजे."

सीतापती हे ऐकून विचारात पडा व थोड्या वेळाने त्याने त्या गोष्टीला तयारी दाखवली. पण त्याच्यापाशी एक रुपया नव्हता. "तू माझ्या घरी कधीही ये आणि

तो एक रुपया घेऊन जा.'' असं त्यानं हिमाकरला सांगितलं. हिमाकरला ते पटलं.

दोघांनीही आपापल्या पोत्यांची देवाणघेवाण केली आणि जत्रेला न जाताच आपापल्या गावी परतले.

घरी परतल्यावर हिमाकरला फारच आनंद झालेला होता. त्याने सीतापतीला इतक्या सहजासहजी फसवलं होतं, एक पोतं भरून विड्याची पानं तर मिळवली होतीच, शिवाय एक जास्तीचा रुपयाही पदरात पाडून घेतला होता. त्याने मोठ्या उत्साहाने पोतं उघडलं. पण त्याच्या नजरेला जे काही पडलं, त्याने त्याला धक्काच बसला. पोत्याच्या वरच्या भागात चांगली विड्याची पानं होती पण उरलेलं सर्व पोतं कसल्यातरी रानटी पानांनी भरलेलं होतं.

इकडे हिमाकरला आपण कसं फसवलं या कल्पनेने सीतापतीसुद्धा हर्षभरित झाला होता. त्याला लोकरीचं अख्खं पोतं मिळालं होतं, पण त्याने ते पोतं उघडताच त्याच्याही पदरी निराशाच आली. पोत्याच्या वरच्या भागात उत्तम प्रतीची लोकर असली तरी त्याच्या खाली सगळे खराब झालेले कापसाचे गठ्ठे होते.

आपण दुसऱ्याला कसं फसवलं, असं मनात म्हणून आनंदित झालेल्या त्या दोघाही तरुणांची निराशा झाली होती. दोघेही एकमेकांना मनातल्या मनात शिव्यांची लाखोली वाहात, धुसफुसत बसले होते.

दुसऱ्याच दिवशी हिमाकर उरलेला एक रुपया वसूल करण्यासाठी सीतापतीकडे गेला आणि ओरडला, ''ए भामट्या! आता निदान माझा एक रुपया तरी दे!''

सीतापती विहिरीतून बादलीने चिखलाचं गढूळ पाणी काढत होता. हिमाकरचं ओरडणं ऐकून जरासुद्धा विचलित न होता तो म्हणाला, ''हो, मी नक्की देईन. अरे या विहिरीत गुप्तधन आहे, पण काय आहे ते धन विहिरीच्या तळाशी दडलेलं आहे. ते बाहेर काढण्यात माझी मदत कर ना. ते सगळं बाहेर काढू आणि दोघं अर्धं अर्धं वाटून घेऊ.''

''चालेल, मी तुला मदत करतो आणि ते धन आपण दोघंही अर्धं अर्धं वाटून घेऊ. पण लक्षात ठेव... माझा एक रुपया तुझ्याकडे तरीही शिल्लक आहेच.. तो मी सोडणार नाही.'' हिमाकर म्हणाला आणि हातात एक बादली घेऊन दोराच्या साहाय्याने विहिरीत उतरला.

त्याने आतील चिखलात उतरून दोराला बादली बांधली व विहिरीच्या तळाचा गाळ बादलीत भरभरून तो वर पाठवू लागला. सीतापती वरती विहिरीबाहेर उभा होता. तो बादली रिकामी करून परत खाली पाठवू लागला. पण प्रत्येकवेळी बादली रिकामी करून तो ओरडायचा, ''अरे, या बादलीत तरी गुप्तधन नाही. जरा अजून एक बादली भरून पाठव बघू.''

असं काही तास चालूच होतं.

आता अंधार पडत चालला होता. आपल्याला विहिरीतील गाळ काढण्यासाठी हा सीतापती फुकटचा मजूर म्हणून वापरतोय, हे हिमाकरला कळून चुकलं. गुप्तधन ही केवळ एक सबब होती. आपण आणखी थोडावेळ असंच थांबलो, तर लवकरच सीतापती आपल्याला सोडून निघून जाईल हेही त्याला कळून चुकलं. तसं जर झालं तर या एकाकी निर्जन जागेकडे कोणीही फिरकणार नाही आणि आपण इथे अडकून पडलो आहोत, हे कोणाला कळणारसुद्धा नाही, अशी त्याला भीती वाटली.

हिमाकर मोठ्यांदा ओरडून म्हणाला, ''अरे! मला खरोखरच खूप मोठा धनाचा साठा सापडलाय. मी तो काळजीपूर्वक बादलीत भरतो. तू पण बादली सांभाळून नीट व्यवस्थित ओढून घे, बरं का!''

सीतापतीला ते ऐकून फारच आनंद झाला. त्या विहिरीत खरोखरच गुप्त धन असेल असं त्याला मुळीच वाटलं नव्हतं. तो ती जड बादली मोठ्या कष्टाने हळूहळू वर खेचू लागला. दोरी वर ओढता ओढता अखेर बादली हाताशी आली. बादली हातात येताच तिला बांधलेली दोरी सोडून सीतापतीने ती घाईने विहिरीत फेकली. आता काही हिमाकरला वर येता येणार नाही, असं त्याला वाटलं.

पण बघतो तर काय त्या जड बादलीत अंगाला चिखल फासून चक्क हिमाकरच बसला होता. गुप्तधन वगैरे काहीच नव्हतं!

परत दोघांची खडाजंगी जुंपली. ''तू मला फसवतोयस काय?''

''काय रे? बादलीत गुप्तधन आहे असं तू का बरं मला सांगितलंस?''

''पण तू सुद्धा बादली हाती येताच दोर विहिरीत फेकून दिलास ना? मला त्या अंधाऱ्या विहिरीत फेकून देण्याचा तुझा डाव होता!''

त्या भांडणाला काही अंतच नव्हता. शेवटी कंटाळून दोघे आपापल्या वाटेने गेले.

काही दिवसांनंतर हिमाकर परत सीतापतीच्या घरी गेला आणि उरलेल्या एक रुपयाची मागणी करू लागला.

पण सीतापतीने हिमाकर आपल्या घराकडे येत असल्याचं लांबूनच पाहिलं होतं. तो आपल्या पत्नीला म्हणाला, ''मी मेल्याचं नाटक करतो. तू मोठमोठ्यांदा रडायला सुरुवात कर. हिमाकरला ते खरं वाटेल आणि मग तो एक रुपया न मागताच परत जाईल.''

सीतापतीच्या बायकोने आपल्या पतीच्या आज्ञेचं तंतोतंत पालन केलं. पण हिमाकर काही दूधखुळा नव्हात. त्या नवराबायकोचा बनाव त्याच्या व्यवस्थित लक्षात आला होता. आपल्याला एक रुपया न देताच घरी पाठवण्याचा त्यांचा डाव आहे हे

त्याला कळून चुकलं.

"रडू नका. मी तुमच्या पतीचा जिवलग मित्र आहे. या अशा वेळी मित्रच मदतीला धावून येतात ना." असं म्हणून हिमाकरने सीतापतीच्या पत्नीचं सांत्वन करण्याचा बहाणा सुरू केला आणि सगळ्या गावकऱ्यांना सीतापतीच्या अंतिम संस्कारासाठी बोलावून घेण्यास सुरुवात केली.

आता मात्र सीतापतीच्या पत्नीचं धाबं दणाणलं. हिमाकरला घालवून देण्याचा तिने बराच प्रयत्न केला. "तुम्ही किती चांगले, किती दयाळू आहात. पण तुम्हाला त्रास देण्याची आमची खरंच इच्छा नाही. तुम्ही गेलात तरी चालेल. मी सगळी व्यवस्था बघेन."

हिमाकरने मात्र हट्ट सोडला नाही. "हे बघा, अंधार होत चाललाय. मृतदेह असा घरात ठेवणं बरोबर नाही. तुमच्या पतीच्या शवापाशी तुम्हाला असं एकटं सोडून मी घरी कसा काय जाईन? सगळं यथासांग पार पडेपर्यंत मी इथेच थांबणार. मी स्वत: त्याचा मृतदेह स्मशानात घेऊन जातो आणि सकाळ होईपर्यंत त्याची राखण करत बसतो."

असं म्हणून काही गावकऱ्यांच्या साहाय्याने त्याने सीतापतीला उचलून स्मशानात नेलं. त्याच्या बायकोला मात्र घरीच ठेवलं. सीतापती अजूनही अगदी शांत, निश्चल पडून होता.

स्मशानात गेल्यावर हिमाकरने सर्व गावकऱ्यांना घरी पाठवून दिले आणि

सीतापतीवर ओरडून म्हणाला, ''आता ढोंग पुरे. ऊठ आणि माझा एक रुपया दे.''

परत ते नेहमीसारखे भांडू लागले.

खूप अंधार पडला. स्मशानात काही चोर आले. त्यांच्याजवळ बराच चोरीचा माल होता. स्मशानात कोणाचा अडथळा येणार नाही आणि आपल्याला आरामात बसून सर्व मालाची वाटणी करता येईल, असा त्यांचा अंदाज होता.

पण पाहतात तर काय, एका चितेवर एक प्रेत उठून बसलं आहे. दुसरं प्रेत त्याच्या शेजारी उभं आहे आणि दोघांचं भांडण चाललं आहे. त्या चोरांची भीतीने गाळण उडाली. 'भूत! भूत!' असं म्हणत त्यांनी सगळा माल तिथेच टाकला आणि ते पळून गेले.

सगळा चोरीचा माल पाहताच सीतापती चितेवरून उतरून त्यापाशी गेला. पाठोपाठ हिमाकरही गेला.

त्या दोघांनी त्या मालाची नीट वाटणी केली. पण तरीही एक रुपयाचा प्रश्न बाकी उरलाच. त्यावरून भांडण जुंपलं.

थोड्यावेळाने धीर गोळा करून चोर स्मशानात परत आले. सीतापती आणि हिमाकर मोठमोठ्या आवाजात अजूनही त्या एका रुपयासाठी भांडत बसले होते. दोघांनीही मागे वळून पाहिलं नाही.

चोरांनी ऐकलं. त्यांना वाटलं, एवढी मोठी लूट होती, तरीही ही दोन भुतं एका रुपयावरून भांडत बसली आहेत. नक्कीच भुतांची संख्या बरीच जास्त असणार. त्या कल्पनेने चोरांची भीतीने गाळण उडाली व ते पळून गेले.

अखेर सीतापतीने हिमाकरचा एक रुपया देऊन टाकला. हिशोब चुकता झाला. दोघे शांतपणे आपल्या घरी परत गेले.

✦

सत्याची ताकद
(झेन कथेवर आधारित)

खूप वर्षांपूर्वीची गोष्ट आहे. गांधार देशात विद्याधर नावाचा एक राजा राहत होता. तो एक कुशल राज्यकर्ता तर होता पण त्याबरोबर तो अत्यंत कनवाळू स्वभावाचा होता. त्याचे प्रजाजन अत्यंत समाधानी होते. पण राजाला मूलबाळ नव्हतं. त्यामुळे त्याच्यानंतर या राज्याचा वारसदार कोण, असा प्रश्न सर्वांच्याच मनात उपस्थित होत असे.

राजाला बागकामाचा छंद होता. आपल्या फावल्या वेळात त्याने सुंदर बाग फुलवली होती, विविध प्रकारची रोपं लावली होती. आपल्या झाडांची निगराणी तो इतक्या मायेने करी, की जणूकाही ती त्याची मुलंच असावीत. तो बाहेरच्या देशांमधून विविध प्रकारचे बी-बियाणं मागवून घेई आणि आपल्या बागेत विविध प्रयोग करी. पण तरीसुद्धा आपल्यानंतर राज्याला वारसदार कोण हा प्रश्न त्याच्या मनात घर करून राहिला होता.

असे कित्येक दिवस लोटले. एक दिवस अचानक राजाने जाहीर केलं, ''आज मी माझ्या राज्यातील सर्व लहान मुलांना बियाण्याचे वाटप करणार आहे. त्यानंतर

त्यांना तीन महिन्यांचा अवधी देणार आहे. त्या मुलांनी ते बीज एका कुंडीत पेरून त्या कालावधीत त्यांची उत्तम देखभाल करायची. ज्याच्या झाडाची उत्तम वाढ होऊन त्याला सर्वांत सुंदर फुलं येतील, तो या राज्याचा राजपुत्र बनेल.''

त्या गावात पिंगळा नावाचा एक मुलगा राहत होता. त्यालाही राजाकडून बीज मिळालं होतं. तो एका शेतकऱ्याचा मुलगा होता, आणि त्याला बागकामाची खूप आवड होती. आपल्याला एक छान रोप वाढवायला मिळालं याबद्दल त्याला खूप आनंद झाला. त्याने एका कुंडीत उत्तम प्रतीची माती घालून त्यात ते बीज पेरलं. त्याला चांगलं खत आणून घातलं. तो रोज त्याला काळजीपूर्वक पाणी घालत असे. त्याची इतकी काळजी घेऊनसुद्धा काही आठवडे लोटले तरी त्या बीजाला कोंब फुटेना.

पिंगळा खूप बुद्धिमान आणि कष्टाळू मुलगा होता. त्याला वाटलं, कदाचित कुंडी किंवा माती योग्य प्रकारची नसेल. मग त्याने कुंडी आणि माती बदलून पाहिली. तरीसुद्धा त्या बीजाला कोंब काही फुटला नाही.

अखेर निर्णयाचा दिवस उजाडला. राज्यातली सगळी मुले रंगीबेरंगी नवे कपडे घालून आपल्या पालकांबरोबर राजवाड्याच्या दिशेने निघाली होती. सर्वांच्या हातात सुंदर फुलांनी बहरलेल्या कुंड्या होत्या.

ते पाहून पिंगळा मनातून कष्टी झाला. आपल्याला त्यांच्याबरोबर जाता येत नाही, याचं त्याला फार वाईट वाटत होतं. ते पाहून त्याच्या वडिलांनाही वाईट वाटलं. ते म्हणाले, ''बाळा, तू तुझ्या परीने जास्तीत जास्त प्रयत्न केलेस. तू सुद्धा तुझी कुंडी घे आणि राजाला नेऊन दाखव.''

''पण पिताजी, माझी कुंडी तर रिकामी आहे!''

''असू दे बाळा. तू प्रयत्नांमध्ये कुठेही कसूर केलेली नाहीस. तू राजाची आज्ञा तंतोतंत पाळली आहेस. तुझ्या बीजापासून रोपटं उगवलं नाही यात तुझा काय दोष? तू प्रयत्न केलेस ही गोष्ट सर्वांत महत्त्वाची आहे. त्याला काय फळ मिळालं, हे महत्त्वाचं नाही.''

पिंगळापण राजाच्या राजवाड्यासमोरील प्रांगणात जाऊन इतर मुलांप्रमाणे आपली कुंडी घेऊन रांगेत उभा राहिला. त्याच्या हातातील रिकामी कुंडी पाहून सर्वजण त्याला हसू लागले.

थोड्या वेळाने राजा बाहेर आला. एकेका मुलाच्या हातातील कुंडीचे परीक्षण करू लागला. सर्व मुलांच्या हातातील कुंड्या पानाफुलांनी बहरलेल्या होत्या. सर्व मुले आणि त्यांचे पालक हात जोडून राजाचे स्वागत करत होते. त्यांचे चेहरे प्रफुल्लित होते. पण राजाचा चेहरा मात्र समाधानी नव्हता. त्याच्या चेहऱ्यावर विषादाची छटा पसरली होती.

या परीक्षेचा निकाल उत्तम लागण्याची सर्व आशा मावळलेली होती. राजा तसाच रांगेत उभ्या राहिलेल्या मुलांसमोरून पुढे पुढे जात राहिला. अखेर तो रांगेतील शेवटच्या मुलापाशी येऊन थांबला. तो मुलगा म्हणजे पिंगळा.

''महाराज, मला क्षमा करा! मी जिवापाड प्रयत्न करूनही त्यांना यश आलं नाही. माझं बीज अंकुरलंच नाही.'' असं म्हणून तो शरमेनं मान खाली घालून उभा राहिला. त्याच्या डोळ्यांत अश्रू उभे राहिले होते. तोंडातून धड शब्दही फुटत नव्हता.

''बाळा, या राज्याचा राजपुत्र आणि माझ्या गादीचा वारसदार तूच आहेस. मी सर्वांना ज्या बिया वाटल्या होत्या त्या मी आधी भाजून काढल्या होत्या. कोणते पालक सत्यप्रिय आहेत, कोणत्या मुलांवर त्यांच्या पालकांनी उत्तम संस्कार केले आहेत, हेच मला पाहायचं होतं. मी भाजलेल्या बिया दिल्यानंतर बरेचसे पालक त्या बदलतील आणि मला खूष करण्यासाठी पानाफुलांनी बहरलेल्या कुंड्या मला दाखवायला घेऊन येतील, याची मला खात्रीच होती. पण कोणत्या मुलावर त्याच्या मातापित्यांनी प्रामाणिकपणाचे संस्कार केले आहेत, ते मला पाहायचं होतं. कारण केवळ असा सुसंस्कारित मुलगाच माझ्या राज्याचा वारसदार होऊ शकतो.''

खरोखर... पिंगळाला त्याच्या प्रामाणिकपणाचं फार मोठं बक्षीस मिळाले.

◆

न्यायप्रिय हरिपंत

विजयनगरच्या साम्राज्यात सर्वत्र न्यायाधीश हरिपंत यांचा अत्यंत बोलबाला होता. त्यांनी केलेल्या न्यायनिवाड्यात कधीही शंकेला जागाच नसे, इतका तो बिनचूक असायचा. त्यामुळे साम्राज्याच्या दूरदूरच्या भागांमधून लोक आपले तंटे सोडवण्यासाठी हरिपंतांकडे येत. हरिपंत दोन्ही पक्षांचे म्हणणे अगदी लक्षपूर्वक ऐकून घेत आणि मगच न्यायदान करत.

त्याच गावात श्रीलय शेट्टी नावाचा एक लोभी व्यापारी राहात असे. तो तुपाचा व्यापारी होता. त्याच्या दुकानात तुपाने भरलेले वीस रांजण होते. परंतु त्यांपैकी केवळ पंधरा रांजण खरोखरीच्या शुद्ध तुपाने भरलेले असून उरलेल्या पाच रांजणांमध्ये भेसळयुक्त तूप होते. मधून कधीतरी तो चांगल्या तुपात भेसळयुक्त, खराब तुपाचे बेमालूम मिश्रण करून ते गिऱ्हाइकांना विकत असे. पण ही गोष्ट कोणाच्याही आजवर लक्षात आलेली नव्हती, त्यामुळे श्रीलय चांगला श्रीमंत झाला होता.

त्या काळात भेसळयुक्त अन्न पदार्थाची विक्री करणे हा गंभीर स्वरूपाचा गुन्हा मानला जात असे आणि अशी भेसळ करणाऱ्याला अत्यंत कडक शिक्षा होत असे.

त्यामुळेच राज्यातील कोणत्याही व्यापाऱ्याची मालात भेसळ करण्याची हिंमत होत नसे. श्रीलय शेट्टी मात्र याला अपवाद होता. एवढ्या वर्षांत कधीच त्याची लबाडी उघडकीस आली नव्हती.

एक दिवस मात्र दुर्दैवी उजाडला. श्रीलयने तुपात केलेली भेसळ गेल्या काही दिवसांपासून त्याच्याकडे नियमित तूप खरेदी करत असलेल्या एका गिऱ्हाईकाच्या लक्षात आली होती. त्याला ती गोष्ट सहन न झाल्याने त्याने हरिपंतांकडे श्रीलयविरुद्ध तक्रार नोंदवली होती.

शिपाई येऊन श्रीलयला पकडून घेऊन गेले. त्याला न्यायालयात हरिपंतांसमोर हजर करण्यात आले.

हरिपंत म्हणाले, ''श्रीलय शेट्टी, अन्नपदार्थात भेसळ करणाऱ्यास कडक शिक्षा होते, हे माहीत असूनसुद्धा तू हा गुन्हा केलास. गेले कितीतरी दिवस तू सर्वसामान्य माणसांना फसवलंस. तुझा गुन्हा सिद्ध झालेला असून तुला त्याची शिक्षा झालीच पाहिजे. पण मी तुला एकंदर तीन शिक्षा सुनावतो, त्यातील जी तुला योग्य वाटेल, अशा शिक्षेचा तू स्वीकार कर.''

''पहिली शिक्षा अशी, की तुझ्याजवळ असलेलं सर्व भेसळयुक्त तूप तू खाऊन संपवायचं. दुसरी शिक्षा अशी, की तुला शंभर फटके देण्यात येतील व त्यानंतर तुझी मुक्तता करण्यात येईल. तिसरी शिक्षा म्हणजे तुला एक हजार सुवर्णमुद्रा दंडादाखल राजाच्या खजिन्यात जमा कराव्या लागतील आणि त्यानंतर तुझी सुटका होईल.''

श्रीलय शेट्टीने जरावेळ विचार केला. एक हजार सुवर्णमुद्रा भरण्याची काहीही आवश्यकता नाही. ही रक्कम फारच मोठी आहे, शिवाय शंभर फटक्यांची शिक्षा आपल्याला सहन होणार नाही. तेव्हा कसंतरी करून ते भेसळयुक्त तुपाचे रांजण आपण खाऊन संपवावे, असं त्याने ठरवलं.

त्याने ते तूप खाण्यास सुरुवात तर केली. पण भेसळयुक्त अन्न खाणं किती कठीण आहे हे हळूहळू त्याच्या लक्षात आलं. पहिले दोन रांजण संपवल्यावर त्याला शिसारी आली. तरीही त्याने कसाबसा तिसरा रांजण संपवला पण त्यानंतर त्याला उलट्या होण्यास सुरुवात झाली. चौथा रांजण खाल्ल्यानंतर त्याला वाटलं, आपण आता मरणार. तरीही त्याने खाणं चालूच ठेवलं, पण त्यानंतर त्याला ते अशक्यच होऊन बसलं. मग त्याने हार मानली आणि त्याऐवजी शंभर फटक्यांची शिक्षा भोगण्याचं ठरवलं.

त्याला वाटलं होतं, आपण शंभर फटके खाऊन झाल्यावर आपलं शरीर छानपैकी तेलाने रगडून घेऊ म्हणजे आपल्या वेदना थांबतील. पण दहा फटके खाऊन झाल्यावर श्रीलयचं शरीर थरथरू लागले. त्याच्या देहाला कष्ट सोसण्याची

अजिबात सवय नव्हती, त्यामुळे वीस फटके खाऊन झाल्यावर त्याची शुद्ध हरपू लागली. तीस फटके खाल्ल्यानंतर त्याचे डोळे आकाशाकडे लागले. चाळीस फटके खाल्ल्यावर त्याचे शरीर रक्तबंबाळ होऊन उठले आणि पन्नास फटक्यांनंतर तर तो अक्षरशः मरणाच्या दारात जाऊन पोहोचला. शेवटी असह्य होऊन त्याने गयावया करत एकहजार सुवर्णमुद्रांचा दंड भरण्याची तयारी दाखवली.

अशा रीतीने श्रीलय शेट्टीला थोड्या फार प्रमाणात सर्वच शिक्षा भोगाव्या लागल्या.

हरिपंत आपलं न्यायदानाचं काम अत्यंत चोख बजावत असत. आपल्यासमोर उभा असलेला आरोपी कितीही धनिक असो अथवा सत्ताधीश असो, त्यामुळे त्यांच्या न्यायनिवाड्यात कधीही फरक होत नसे.

विभानंदक हा त्याच राज्यातील एक धनाढ्य व्यापारी होता. त्याचं एक मोठं वस्त्रप्रावरणांचे दुकान होतं. त्या दुकानाची ख्याती सर्वदूर पसरली होती. त्याचं हे दुकान नगराच्या हमरस्त्यावर मधोमध असल्याने गावात कोणताही नवीन प्रवासी आला तरी त्याच्या नजरेतून ते सुटत नसे.

असेच कडक हिवाळ्याचे दिवस होते. विभानंदक मोठ्या अभिमानाने आपल्या दुकानाच्या समोर उभा राहून त्याच्याकडे टक लावून पाहत होता.

त्याचवेळी रस्त्याने गुणाकर नावाचा गरीब मजूर पाठीवर भलं मोठं ओझं घेऊन रस्त्याने चालला होता. जवळच एक खाणावळ होती. त्या खाणावळीतून फेकून देण्यात आलेलं उष्टं-खरकटं अन्न तो पाठीवरील पोत्यातून घेऊन चालला होता. तो कचरा गावाबाहेर नेऊन फेकण्याचं काम त्याच्यावर सोपवण्यात आलं होतं.

तो विभानंदकच्या दुकानासमोरून जात असताना त्याचा पाय घसरून तो खाली पडला आणि त्या पोत्यातील सगळं खरकटं अन्न दुकानाच्या दारात सांडले. सर्वत्र त्या अन्नाची दुर्गंधी पसरली.

गुणाकरला फार वाईट वाटलं. शिवाय तो खूप घाबरला. विभानंदक अत्यंत संतापला आणि तो गुणाकरच्या अंगावर जोरात ओरडला, "तुला काही डोकं आहे की नाही? केवढी घाण करून ठेवलीस माझ्या दारात, बघ जरा! किती दुर्गंधी पसरली आहे. माझ्याकडे गिऱ्हाईक यायच्या आत ताबडतोब ही घाण साफ कर बघू!"

"माफ करा, धनी. माझ्या हातून चूक झाली. माझा पाय घसरल्यामुळे मी पडलो. मला एक झाडू आणि बादलीभर पाणी देता का?"

विभानंदकने त्याला झाडू आणि बादलीभर पाणी आणून दिले. गुणाकरने संपूर्ण

रस्ता झाडून लखलखीत केला. पण तरीही विभानंदकचे समाधान झाले नाही.

"तू खरं म्हणजे हा ओला रस्ता पुसून कोरडा करायला हवास. तरच मी तुला इथून जाऊन देईन.''

"पण धनी, माझ्याकडे पुसायला फडकंसुद्धा नाही. शिवाय अजून पुरतं उजाडलंही नाही. तुमची गिऱ्हाइकं येईपर्यंत उन्हाने सर्व रस्ता कोरडा होईलच. नाहीतर मग तुम्ही मला तुमच्या दुकानातून एखादं जुनं फडकं द्या, म्हणजे मी रस्ता पुसून कोरडा करू शकेन.''

"तू माझ्या दुकानाला समजलास काय? मी काय जुने कपडे विकतो का?''

विभानंदक आता फारच चिडला, एवढ्यात त्याची नजर गुणाकरच्या अंगातील लोकरीच्या जुन्या अंगरख्याकडे गेली. तो ओरडून म्हणाला, "तू तुझ्या अंगातील हा अंगरखा काढ आणि त्याने रस्ता पुसून दे.''

"धनी, मी एक गरीब माणूस आहे. तुमच्यासारख्या एका धनिकाने मला हिवाळ्यात अंग झाकायला हा जुना अंगरखा दिला आहे. मी जर याने रस्ता पुसला, तर तो मला परत वापरता येणार नाही. मी हा रस्ता खरंच नीट स्वच्छ केला आहे. तुम्ही आता कसलीही चिंता करू नका आणि मला जाऊ द्या.''

"नाही. मी तुला मुळीच जाऊ देणार नाही. ही दुर्गंधी जर अशीच राहिली, तर कोणीही गिऱ्हाईक माझ्या दुकानाकडे फिरकणार नाही. माझं रोजचं नुकसान काही हजार रुपयांच्या घरात जाईल. महिन्याकाठी लक्षावधी रुपयांचं नुकसान होईल. एका वर्षात करोडोंचं नुकसान होईल. माझा धंदा पूर्णपणे बसेल आणि माझे प्रतिस्पर्धी या परिस्थितीचा फायदा उठवतील. सरतेशेवटी मला माझा धंदा बंद करावा लागेल आणि माझं दिवाळं निघेल. मग हे एवढं नुकसान कोण भरून देणार? तेव्हा तू इथून जाण्यापूर्वी संपूर्ण रस्ता पुसून कोरडा करणं, ही तुझी जबाबदारी आहे. तू असं केलं नाहीस, तर मी तुझ्यावर खटला करीन.''

विभानंदकचा तो रुद्रावतार पाहून गुणाकर अत्यंत घाबरला आणि रडू लागला. आता भोवती लोकांची गर्दी जमली होती, पण गुणाकरच्या बाजूने बोलण्यास कोणीच तयार नव्हतं.

तेवढ्यात कोणीतरी हरिपंतांना बोलावणं पाठवलं. ते तातडीने तिथे आले. त्यांना तेथे घोळका जमलेला दिसला आणि बराच आरडाओरडा ऐकू आला. त्यांनी हळूच आत डोकावून पाहिले. त्यांना रागाने ओरडणारा विभानंदक आणि भीतीने थरथर कापणारा गुणाकर दिसला. सर्व परिस्थिती त्यांच्या लक्षात आली. एवढ्यात विभानंदकची नजर हरिपंतावर पडली आणि तो शांत झाला. त्याने घडलेली सर्व हकिकत हरिपंतांना सांगितली. आपलं काय म्हणणं आहे तेही सांगितलं.

हरिपंत म्हणाले, "ठीक आहे. आता मीच काय तो निर्णय देतो. तुझं म्हणणं

योग्य आहे. गुणाकरची चूक आहे. या ठिकाणी जर दुर्गंधी येत असेल, तर त्यामुळे तुझे खरोखरच फार नुकसान होईल. तसं जर झालं, तर तू गुणाकरवर फिर्याद केलीच पाहिजेस. त्यामुळेच गुणाकरने आपला अंगरखा काढून हा रस्ता पुसून कोरडा केला पाहिजे.''

हा निर्णय ऐकून विभानंदकला फार आनंद झाला, पण गुणाकर मात्र चिंतित झाला. गर्दीतील लोकांनासुद्धा असं वाटलं की या खेपेस हरिपंतांनी योग्य न्यायनिवाडा केलेला नाही. पण गुणाकरपुढे दुसरा काहीच पर्याय नव्हता. अखेर त्याने आपला अंगरखा काढून रस्ता स्वच्छ पुसून कोरडा केला. रस्ताही कोरडा झाला आणि गुणाकरचा अंगरखा मलिन होऊन फाटून गेला. विभानंदकला ते पाहून अत्यानंद झाला.

जमलेली गर्दी पांगण्यास सुरुवात झाली. लोक आपापल्या कामास निघाले. ''पण हे बघ विभानंदक...'' हरिपंत गरजले. त्यांचा आवाज ऐकून लोक थबकले हरिपंतांचे म्हणणे कान देऊन ऐकू लागले.

''तू माझ्या निर्णयाचा राहिलेला भाग आता ऐक. आता हिवाळा ऋतू आहे. कडाक्याची थंडी पडू लागली आहे. गुणाकरकडे अंगात घालायला अंगरखा उरला नाही. आता त्याला ज्वर होईल, त्याची प्रकृती बिघडेल. तो पडला गरीब. त्याच्याकडे उपचारासाठी पैसाही नाही. कदाचित तो त्या दुखण्याने मरण पावेल. त्याचं सगळं कुटुंब त्याच्यावरच अवलंबून आहे. गुणाकरचं निधन झाल्यावर त्यांच्यावर उपासमारीची पाळी येईल. त्यांच्या कुटुंबीयांपैकी जो कोणी वाचेल, तो तुझ्याविरुद्ध फिर्याद करेल. तसं जर झालं, तर मात्र तुला त्या गोष्टीची भलीमोठी नुकसानभरपाई द्यावी लागेल. आता तुला प्रचंड आर्थिक फटका बसणार हे नक्की.''

हरिपंतांचा हा निर्णय ऐकून विभानंदक अचंबित झाला. ''पण महाराज, जर गुणाकरला थंडीने ज्वर आलाच, तर हे सगळं होणार आहे. जर... तर... च्या आधारावर आपण नुकसानभरपाई देऊ शकत नाही.''

''ते तर खरंच आहे. पण तू एक गोष्ट मान्य करायलाच हवीस. मी दिलेल्या निर्णयाचा पहिला भागसुद्धा जर... तर... वरच आधारित होता. जर दुर्गंधी तशीच राहिली, तर गिऱ्हाइकं यायची बंद होतील. मग नफा मिळणं बंद होईल. तुझा हा काल्पनिक तोटा जर गुणाकरने स्वीकारला तर त्याचा काल्पनिक मृत्यू तूही स्वीकारलाच पाहिजेस. त्यामुळे तू आता त्याला नुकसानभरपाई दिलीच पाहिजेस. कायद्याच्या नजरेत सगळे सारखेच असतात.''

विभानंदक आता चिंतित झाला. हरिपंत हसून म्हणाले, ''विभानंदक, तू या गुणाकरला तुझ्या दुकानात घेऊन जा आणि त्याला चांगला नवा कोरा लोकरीचा अंगरखा दे. म्हणजे त्याला ज्वरही होणार नाही आणि तो मरणही पावणार नाही.''

आता मात्र भोवताली जमलेल्या लोकांनी टाळ्यांचा कडकडाट करून या निर्णयाचं स्वागत केलं.

◆

कंजूष पती-पत्नी

देवय्या आणि देवम्मा हे दोघे श्रीमंत पती-पत्नी श्रीपूरमध्ये राहत होते. त्यांना मूलबाळ नव्हतं, पण ते आपल्या जवळील एक कपर्दिकसुद्धा स्वतःसाठी खर्च करत नसत. दानधर्म असा शब्द तर त्यांच्या शब्दकोशातही नसावा. आपल्या जवळील संपत्ती वाढत चाललेली बघत बसणं, हा त्यांचा एकमेव छंद, एकमेव आनंद होता. ते कधीही नवे कपडे आणत नसत की पोटाला चांगलं करून खात नसत. आपल्या घरी कधी कोणाला बोलावण्याची तर बातच सोडा! त्यांचा हा स्वभाव ओळखून त्यांनाही कोणी आपल्या घरी बोलावत नसे.

एक दिवस त्यांच्या शेजारी एक नवं कुटुंब राहायला आलं. त्या कुटुंबातील लोकांना या कंजूष जोडप्याबद्दल काहीच माहीत नव्हतं. एक दिवस त्यांच्या घरातील कोणाचा तरी वाढदिवस होता, त्यानिमित्त त्यांनी साजूक तुपातील बेसनाचे लाडू बनवले होते. त्यातील दोन लाडू त्यांनी देवय्याच्या घरी पाठवले.

ते लाडू खाल्ल्यावर देवय्या आणि देवम्माच्या तोंडात बराच वेळ ती चव तरळत राहिली. ती चव विसरणं त्यांना शक्य होईना. रोज ते दोघं आपापसात त्याविषयी बोलत. ''ते लाडू किती चवदार होते नाही? काय गंध होता त्यांचा... आणि मऊ तरी किती होते. जिभेवर विरघळावे असे....'' त्या दोघांना त्या विचाराने झोप लागेना. काही काळानंतर अखेर देवय्याने मनाशी एक निर्णय घेतला. तो देवम्माला म्हणाला, ''मी थोड्या फार सुखसोयींवर पाणी सोडायला तयार आहे, पण मी बाजारात जाऊन दोन लाडू बनवण्याचं सामान विकत घेऊन येतो.''

हे ऐकून देवम्मालाही अतिशय आनंद झाला. पण तिने आपल्या पतीला सावधगिरीची सूचना दिली. ''हे पाहा, मी जर घरी लाडू बनवायला घेतले, तर त्याचा खमंग वास सर्वत्र पसरेल. मग सगळ्या शेजाऱ्या-पाजाऱ्यांना ती बातमी कळेल.. त्यापेक्षा आपण असं करू एखाद्या निर्जन जागी जाऊ, तिथे लाडू बनवू आणि मग घरी येऊ. म्हणजे या कानाचा त्या कानाला पत्ता लागणार नाही.''

देवय्याला तिचं म्हणणं पटलं. त्याने बाजारात जाऊन केवळ दोन लाडूंना पुरेसं सामान आणलं. ते सामान घेऊन दोघं एखाद्या निर्जन जागेकडे जाण्यासाठी घराबाहेर पडले. परंतु देवम्माने आजवर कधीच लाडू बनवले नव्हते. तिला किती सामान कोणत्या मापाने घ्यायचे याची काही कल्पना नसल्याने तिच्या हातून तीन लाडू तयार झाले. ते चांगले झाले होते. मग ते दोघं ते लाडू घेऊन घरी परतले. ते आता आपण

बसून कधी एकदा खातो, असं त्यांना झालं होतं.

देवय्या म्हणाला, "मी बाजारात जाऊन सगळं सामान आणलंय, त्यामुळे मी दोन लाडू खाणार आणि तू एक खायचा!"

त्यावर देवम्मा म्हणाली, "का म्हणून? लाडू मी बनवले आहेत, त्यामुळे मी दोन खाणार आणि तुम्ही एक खायचा!"

मग दोघांचं त्यावरून चांगलंच भांडण जुंपलं. असा खूप वेळ गेला, तरीपण दोघांमध्ये समझोता होईना. अखेर त्यातून देवय्यानं एक मार्ग काढला.

"आपण दोघं एक पैज लावू. आपण एकमेकांशी काहीही बोलायचं नाही. जो पहिल्यांदा मौनाचा भंग करेल, त्याला एकच लाडू मिळेल आणि दुसऱ्याला राहिलेले दोन्ही लाडू मिळतील."

देवम्मानेही ते लगेच मान्य केलं. दोघंही घरात नुसते बसून राहिले. आपल्याला दोन लाडू मिळाले पाहिजेत या कल्पनेने दोघांनाही काही काम सुचत नव्हतं. थोड्या वेळाने दोघे इतके कंटाळले, की ते जमिनीवर अंग टाकून नुसते पडून राहिले. दोघांच्या मधोमध ते लाडू होते. असे कित्येक तास गेले, पण दोघांपैकी एकानेही तोंडातून आवाजही काढला नाही. असा दुसरा दिवस उजाडला आणि मावळला. तिसऱ्या दिवशी शेजाऱ्यापाजाऱ्यांच्या ध्यानात आलं, कंजूष पती-पत्नी दोन दिवसात बाहेर पडलेलेच नाहीत. शेजाऱ्यांनी काळजीने दरवाजा ठोठावला. दरवाजा आतून बंद होता. आतून कोणी उत्तरही देत नव्हते. शेजाऱ्यांना शंका वाटू लागली. लवकरच गावात ही बातमी पसरली. त्यांच्या घराबाहेर मोठी गर्दी गोळा झाली. आता मात्र सर्वांनाच चिंता वाटू लागली. मग गर्दीतील एकजण घराच्या गच्चीवर चढला. त्याने घराच्या छतावरील एक कौल बाजूला सरकावून आत डोकावून पाहिलं. त्याला दोघं

पती-पत्नी जमिनीवर पडले असून दोघांच्या मधोमध एका वाडग्यात लाडू ठेवले आहेत, असं दृश्य दिसलं. तेथूनच तो मोठ्यांदा ओरडलो, "ते दोघं मरण पावले आहेत. त्यांचं जेवणही तसंच पडलं आहे."

देवय्या आणि देवम्माने त्याचं हे ओरडणं ऐकलं, पण तरीही ते शांतच राहिले.

जमलेल्या लोकांना त्या जोडप्याची दया आली. 'त्यांनी जी एवढी प्रचंड संपत्ती गोळा केलेली आहे, ती त्यांनी कुठे बरं ठेवली असेल?' – असा विचारही काहीजण करू लागले. काही लोकांनी त्या जोडप्याच्या अंतिम संस्कारांची तयारी सुरू केली. देवय्या आणि देवम्मा हे सर्व संभाषण चूपचाप ऐकत पडून होते, पण त्यांच्यापैकी कुणीच काही बोललं नाही.

अखेर लोकांनी दरवाजा तोडला आणि घरात शिरून त्यांना उचलून बाहेर आणलं व स्मशानात नेऊन चितेवर ठेवलं. तेवढ्यात एकजण म्हणाला, "या दोघांना मिळून एकाच चितेवर जाळलं तरी चालेल, कारण दोघंही फार कंजूष होते." चितेला अग्नी देण्यात आला. त्या ज्वालांनी प्रथम देवम्माचे पाय भाजले. ते असह्य होऊन ती मोठ्यांदा ओरडली, "एकच पुरे, एकच पुरे"

तिचं ओरडणं ऐकताच देवय्या चितेवर उठून बसला आणि म्हणाला, "मी जिंकलो, आता मला दोन, आता मला दोन."

दोघंही चितेवरून उतरून घराकडे धावत सुटले – जमलेल्या लोकांची जराही पर्वा न करता! त्यांना असं उठून पळताना पाहून लोकांची भीतीने गाळण उडाली व

लोकही सैरावैरा धावत सुटले.

दोघं धापा टाकत घरात आले. घराचं दार कोणीतरी उघडंच टाकलं होतं. दोघं आत शिरून बघतात तर काय! एका भटक्या कुत्र्याने घरात शिरून ते तीनही लाडू फस्त केले होते आणि तो रिकामा वाडगा चाटत होता.

◆

सर्वांत चवदार काय?

वैशाली नगरीचा राजा शांतिवर्धन हा अत्यंत उमद्या मनाचा, मनमोकळा आणि सुप्रसिद्ध राजा होता. आपल्या प्रजाजनांचं आपल्या कारभाराविषयी काय मत आहे हे जाणून घेण्यासाठी तसंच त्यांच्या अडीअडचणी समजावून घेण्यासाठी तो रोज रात्री वेषांतर करून नगरीत फेरफटका मारायला बाहेर पडत असे. त्यावेळी त्याला कोणाच्या बोलण्यातून आपला राज्यकारभार कसा सुधारता येईल याविषयीची एखादी युक्ती कळली, तर ती तो लगेच अंमलात आणत असे. आपल्या प्रजाजनांच्या अडीअडचणींचे निवारण करण्याचाही तो अगदी कसोशीने प्रयत्न करी.

अशीच एक पौर्णिमेची रात्र होती. राजा नेहमीप्रमाणे वेषांतर करून नगरातून फेरफटका मारत होता. एवढ्यात त्याचं लक्ष गेलं, बघतो तर काय – एका बागेतील तळ्याकाठी चार सुंदर युवती गप्पा मारत बसल्या होत्या.

राजाने आडोशाला उभं राहून दुरून त्यांचं संभाषण ऐकण्याचा प्रयत्न केला. संभाषण बऱ्याच गंभीरपणे चालले होते. या पृथ्वीतलावर माणसाच्या आयुष्यातील सर्वांत महत्त्वाची गोष्ट कोणती, याविषयी त्यांची चर्चा चालू होती. आता राजा एका झाडामागे उभं राहून त्यांचं बोलणं अत्यंत लक्षपूर्वक ऐकू लागला.

पहिली म्हणाली, ''मांसाहार हा माझ्या मते सर्वांत चवदार आहार असतो. तो सर्वांत महत्त्वाचाही असतो.''

त्यावर दुसरी म्हणाली, ''मुळीच नाही. मला वाटतं, मद्य हे सर्वात चवदार असतं, आणि तेच सर्वांत महत्त्वाचं असतं.''

तिसरी युवती म्हणाली, ''अजिबात नाही. माझ्या मते या जगात प्रेमाचं महत्त्व सर्वांत जास्त आहे, आणि प्रेमाची तर चवच न्यारी!''

त्या सर्वांचं बोलणं चौथी युवती शांतपणे ऐकत होती. अखेर ती म्हणाली, ''तुम्ही सर्वजणी चुकलात. या जगात सर्वांत महत्त्वाची जर काही असेल तर ती असते माणसाची भूक. भूक ही एक शब्दात वर्णन न करता येणारी संकल्पना आहे. पण जिभेच्या सर्व चवींचं आणि पोटाच्या गरजेचं तेच मूळ कारण आहे.''

असा त्या युवतींचा वाद-विवाद चालूच राहिला. तो लवकर संपण्याची काही लक्षणे दिसेनात. अखेर राजाला तिथून निघावं लागलं.

त्या घटनेला काही दिवस लोटले. तरीपण त्या वादात अखेर जिंकलं कोण, हे जाणून घेण्याची राजाची इच्छा मात्र दिवसेंदिवस प्रबळ होत होती.

अखेर एक दिवस राजानं त्या चारही युवतींना आपल्या दरबारात बोलावून घेतलं.

"काही दिवसांपूर्वी तुमचं बागेतील तळ्याकाठी चाललेलं संभाषण मी ऐकलं. आयुष्यात सर्वांत महत्त्वपूर्ण आणि सर्वांत चवदार काय असावं याविषयी तुमच्यापैकी प्रत्येकीची वेगवेगळी मतं आहेत. पण आपापली मतं तुम्ही सिद्ध करून दाखवू शकाल का?"

आपण फारसा विचारही न करता जी काही बडबड करत होतो, ती खुद्द राजाच्या कानावर पडली हे समजताच त्या चारही युवती मनातून घाबरल्या. पण आपल्याला त्याबद्दल काही शिक्षा होणार नाही अशी खात्री पटल्यावर मात्र त्या बोलण्यास तयार झाल्या.

राजाने पहिल्या युवतीला विचारले, "मुली, तू म्हणालीस, मांसाहार हाच सर्वांत महत्त्वाचा आणि चवदार आहार आहे. तू असं का बरं म्हणालीस? तुझे वडील काय करतात?"

त्यावर ती म्हणाली, "माझे वडील एका मंदिराचे पुजारी आहेत. आम्ही सर्वजण

शाकाहारी आहोत.''

''काय? तू स्वत: मांसाहार करतसुद्धा नाहीस? मग तू असं का बरं म्हणालीस?'' राजाने विचारले. एका पुजाऱ्याच्या मुलीने मांसाहाराची महती वर्णन करावी, या गोष्टींचं त्याला आश्चर्य वाटत होतं.

''महाराज, आमच्या घराच्या समोरच एक खाटीकखाना आहे. मी रोज तेथे एकच दृश्य बघत असते. दिवसभर मांसाची विक्री करून झाल्यावर राहिलेली सर्व हाडं तो खाटीक रस्त्यावर फेकून देतो. त्याक्षणी रस्त्यावर जमलेले भटके कुत्रे त्यावर तुटून पडतात. त्यानंतर शेकडो माशा येऊन त्या हाडांवर बसतात, त्या अक्षरश: तिथून उडून जायला तयार नसतात. त्यामुळेच मी म्हणाले, 'मांसाहार हा सर्वांत चवदार असतो.' ''

राजाने हसून तिला बक्षीस दिलं.

त्यानंतर राजा दुसऱ्या युवतीकडे वळून म्हणाला, ''तू म्हणालीस, मद्य हेच सर्वांत महत्त्वपूर्ण आणि सर्वात चवदार असते. तू कधी मद्यप्राशन केलं आहेस का? तुझे वडील काय करतात?''

''महाराज, मी एका शिक्षकाची मुलगी आहे. आम्ही कोणी मद्याच्या थेंबालाही स्पर्श करत नाही. आमच्या घरासमोर एक मद्यगृह आहे. रोज गरीब आणि श्रीमंत असे सर्वच लोक तेथे मद्यप्राशनासाठी येऊन बसतात. काही गरीब माणसे तर मद्याचा एखादा घुटका मिळावा यासाठी आपले घरदारसुद्धा विकतात, हे मी पाहिलं आहे. तेथे येणारे काही लोक तर अगदी उपासमारीनं क्षीण झाल्यासारखे दिसतात. त्यांच्यापाशी अंगात घालायला धड वस्त्रंसुद्धा नसतात. पण तरीही मद्य मिळवण्यासाठी त्यांची धडपड चालू असते. काही तरुण, तर काही वृद्ध महिलांना आपल्या पतीला घरी घेऊन जाण्यासाठी त्या ठिकाणी येणं भाग पडतं. एखादं लहान मूल आपल्या वडिलांना न्यायला आलेलं असतं. कधी तरी वृद्ध माता-पिता आपल्या मुलाला धरून आधार देऊन नेत असतात. तर कधी बहिणी आपल्या भावाला नेण्यासाठी आलेल्या असतात. त्या सर्व स्त्रिया त्या मद्यगृहाच्या मालकाच्या नावानं बोटे मोडतात, त्याला मद्यविक्री केल्याबद्दल शिव्याशाप देतात. मग त्यांच्याबरोबरचे पुरुष पुन्हा आयुष्यात कधी मद्याच्या थेंबालाही स्पर्श न करण्याची तिथेच शपथही घेतात. पण दुसऱ्या दिवशी तेच सगळे पुरुष ठरलेल्या वेळी परत त्या मद्यागृहाच्या दारात हजर असतात. त्यामुळेच मला असं वाटलं, की मद्य हे फारच चवदार असणार, इतकं की एकदा त्याची माणसाला चटक लागली, की ती सोडणं महाकर्मकठीण असणार.''

राजाने हसून तिलासुद्धा बक्षीस दिलं.

आता तिसरी युवती बोलू लागली, ''महाराज, माझी बहीण खूप लाजरी बुजरी

होती. अगदी दिवसाढवळ्यासुद्धा घराबाहेर एकटी पडण्यास ती घाबरत असे. आमच्या घरी कोणी पाहुणे आले तर ती त्यांच्यासमोर कधीच येत नसे. पण एकदा ती प्रेमात पडली. त्यानंतर ती एकदम धीट झाली. तिचं साहस पुढे इतकं वाढलं की एक दिवस काळोख्या, वादळी रात्री ती माझ्या वडिलांशी भांडण करून घराबाहेर पडली आणि आपल्या प्रियकरासोबत पळून गेली. त्यामुळेच मी असा अंदाज केला, की प्रेम सर्वांत चवदार असावं.''

राजाने तिलासुद्धा योग्य ते बक्षीसी दिले.

आता चौथी युवती बोलू लागली. ''महाराज, सर्वात चविष्ट गोष्ट म्हणजे माणसाची भूक. आपलं पोट जर भरलेलं असेल, तर जगभरातील कोणतीही पंचपक्वान्नं जरी आणून आपल्यासमोर ठेवली, तरी आपल्याला त्यांना स्पर्शही करावासा वाटत नाही. पण आपल्या पोटात भुकेचा डोंब उसळलेला असेल, तर शिळंपाकं अन्नसुद्धा गोड लागतं. कितीही श्रीमंती, पैसा-अडका, सत्ता व सौंदर्य याचा मोह भुकेपुढे व्यर्थ आहे. कितीही प्रकारची सुखं व ऐषाराम आपल्यासमोर हात जोडून उभे असतील, तरी आपल्या पोटातील भूक काही त्यामुळे शमणार नाही. पैसा आणि सत्ता या गोष्टीच्या भुकेनं जर माणसं वेडी झाली, तर ती भूक कधीच भागू शकत नाही. याउलट पोटात चार घास अन्न गेलं, तर पोटाची भूक मात्र लगेच शमते. म्हणूनच पोटाची भूक ही माझ्या मते या जगातील सर्वश्रेष्ठ गोष्ट आहे. जिभेच्या चवीमागचं मूळ कारण म्हणजे

पोटाची भूक. म्हणूनच ती सर्वांत जास्त चवदार आहे.''

तिचं हे उत्तर ऐकून राजाचं समाधान झालं. त्याने हसून तिला सर्वांत उत्तम बक्षीस दिलं.

◆

फणस
(बांगला कथेवर आधारित)

भारताच्या उत्तरेला असलेल्या कांचनपुरा नगरात उदंक हा एक धनिक, सुप्रसिद्ध व्यापारी राहत होता. त्याचा व्यापार केवळ भारतातच नव्हे तर देशोदेशी चालत असे. तो देशाच्या विविध भागांमधून विविध प्रकारच्या वस्तू मागवायचा आणि त्या देशाच्या दुसऱ्या भागांमध्ये जाऊन विकायचा. त्याने खूप प्रवास करून फार मोठा अनुभव गाठीशी बांधला होता.

एक दिवस त्याचा तरुण मुलगा भानुवर्मा त्याला म्हणाला, ''पिताजी, मी आजवर खराखुरा समुद्र कधीच पाहिलेला नाही. फक्त चित्रामध्येच पाहिला आहे. या खेपेला माल खरेदी करायला मी दक्षिणेला जाऊ? म्हणजे मला समुद्रसुद्धा बघायला मिळेल.''

उदंकने ते मान्य केले आणि आपल्या मुलाच्या प्रवासाची व निवासाची व्यवस्था केली. मंगलपुरा हे गाव समुद्रकिनारी होते. त्या गावात आपल्या एका मित्राच्या घरी त्याने आपल्या मुलाला राहायला पाठवले.

त्या मित्राचं फार मोठं कापडाचं दुकान होतं. त्याचं घरही दुकानाला लागूनच होतं. भानुवर्मा मंगलपुरा गावात पोहोचला, तेव्हा उदंकच्या मित्राच्या कुटुंबीयांनी अत्यंत प्रेमानं त्याचं स्वागत केलं व त्याला राहण्यासाठी एक स्वतंत्र खोली दिली. भानुवर्मा थोड्या वेळाने त्या गावात फेरफटका मारण्यासाठी निघाला. ते गाव त्याच्या स्वतःच्या गावापेक्षा फारसं काही वेगळं नव्हतं. अचानक त्याला रस्त्याच्या कडेला फणस विकायला ठेवलेले दिसले. हे कुठलं विचित्र दिसणारं फळ आहे बरं? संत्री, मोसंबी, सफरचंद या फळांपेक्षा किती वेगळं आहे हे! – असं त्याच्या मनात आलं.

त्याने आजवरच्या आयुष्यात कधी फणस पाहिलाच नव्हता. त्याने फणसाला हात लावून पाहिला. त्याचा वासही घेतला. तो वास काही वेगळाच होता. मग त्याने त्याची किंमत विचारली. विक्रेता म्हणाला, ''दोन आणे!'' भानुवर्माला ती अगदी स्वस्त वाटली. ''हे फळ खायचं तरी कसं?'' त्याने विचारले.

''कापा, खा आणि बिया काढून टाका!'' विक्रेता म्हणाला.

भानुवर्माला हा सौदा खूपच स्वस्त वाटला आणि तो फणस घेऊन खोलीवर परत आला. तो फणस आतून पिवळाधमक पिकलेला होता. त्याने तो कापून खाल्ला. तो मधासारखा गोड आणि चवदार होता. त्याने आणखी थोडा खाल्ला. नंतर आपले हात चिकट झाल्याचं त्याच्या लक्षात आलं. त्याने हात पाण्याने स्वच्छ धुतले, तरीही हाताचा चीक जाईना. त्याने हताश होऊन हाताने चेहरा झाकला आणि संपूर्ण चेहराच चिकट होऊन गेला. शेजारची खोली कापसाने भरलेली असल्याचे त्याला आठवलं. एव्हाना रात्र झाली होती म्हणून अंधारातच जराही आवाज न करता तो त्या खोलीत गेला. तेथून कापसाचा एक गठ्ठा आपल्या खोलीत घेऊन आला. या कापसाने चीक पुसून काढावा, असा विचार त्याने केला. पण त्याने कापसाने चीक पुसण्याचा प्रयत्न करताच चीक तर गेलाच नाही. उलट सगळा कापूस त्या चिकाला चिकटून बसला. त्याने जितका जास्त कापूस काढून तो चीक पुसायचा प्रयत्न केला, तितका सगळाच्या सगळा कापूस त्याच्या अंगाला, चेहऱ्याला चिकटून बसला.

बाहेरच्या अंगणात चांगलं तापलेलं पाणी ठेवलेलं होतं. त्याचा तरी काही उपयोग होतो का ते पाहावं, म्हणून भानुवर्मा अंगणात गेला. रात्रीच्या जेवणाची वेळ झाली होती त्यामुळे घरातील लोक त्याला जेवणासाठी हाका मारू लागले. आपला असा अवतार घेऊन त्यांच्यासमोर कसं जायचं, म्हणून तो तिथे अंगणातच एका झाडामागे लपून बसला. घरातल्या लोकांना वाटलं, त्याला झोप लागलेली दिसते.

म्हणून ते परत गेले. जाताना गरम पाण्याचं पातेलं घरात घेऊन गेले व त्यांनी घराचं मागचं दार लावून घेतलं.

बिचारा भानुवर्मा एकटाच घराच्या मागच्या अंगणात राहिला. तिथे एक बगीचा व एक तबेला होता. आता अंगाला सगळा कापूस चिकटलेल्या स्थितीत घरात तरी कसं जायचं? असं त्याच्या मनात आलं. तेवढ्यात जोराचा पाऊस आला. समुद्रकिनाऱ्यावरचा मुसळधार पाऊस भानुवर्मानं कधीच पाहिला नव्हता, त्यामुळे त्याला आता भीती वाटू लागली. तो घाबरून मेंढ्यांच्या कळपात पत्र्याच्या झोपडीत लपून बसला.

मध्यरात्र झाली. काही चोर मेंढ्या चोरण्यासाठी आले. त्या मेंढ्यांमध्ये लपून बसलेला भानुवर्मा त्यांच्या नजरेस पडला. त्याच्या अंगाला पांढराशुभ्र कापूस चिकटलेला होता, त्यामुळे त्यांना वाटलं, ही मेंढी तर सर्वात सुंदर आहे. म्हणून त्यांनी भानुवर्माला उचलून आपल्याबरोबर घेतलं.

भानुवर्मा इतका घाबरला होता, की त्याच्या तोंडून आवाजच फुटेना!

एव्हाना चोर त्याला घेऊन गावाबाहेर पडले होते. थोड्यावेळाने आपण चोरून आणलेला प्राणी म्हणजे मेंढी नसल्याचं त्यांच्या लक्षात आलं. त्यांना वाटलं, हे पांढरं भूतच आहे. ते चोर घाबरले आणि भानुवर्माला तिथेच सोडून पळून गेले.

या अनोळखी शहरात आपल्यावर एकापाठोपाठ एक इतकी संकटं कोसळलेली पाहून भानुवर्माला रडू कोसळले.

एव्हाना पहाट झाली. जवळून एक गवळण चालली होती. भानुवर्माला रडताना पाहून तिला त्याची दया आली व तिने त्याची विचारपूस केली. त्याची सगळी कहाणी तिने ऐकली. ती म्हणाली, "अरे, फणस खाण्याची एक पद्धत असते. आधी हाताला तेल लावून मगच फणस कापायचा असतो. कापूस, गरम पाणी किंवा गार पाणी या कशानेही त्याचा चीक निघत नाही."

तिने तेल लावून त्याच्या अंगाचा, चेहऱ्याचा आणि हाताचा चीक नीट पुसून काढला. भानुवर्माने सुटकेचा निश्वास सोडला.

त्या गावातील काम झाल्यावर भानुवर्मा आपल्या घरी परतला. त्याने आपल्या वडिलांना सांगितले, "पिताजी, तुम्ही दक्षिणेला गेल्यावर बाकी काहीही खा, पण कधीही फणस खाऊ नका. ते सर्वांत फसवं, लबाड फळ आहे."

त्यावर उदंक त्याला म्हणाला, "बेटा, तो दोष फळाचा नसून तुझ्या अज्ञानाचा आहे. कोणतीही वस्तू खरेदी करण्याआधी ती कशी वापरायची हे समजून घेणं आवश्यक असतं."

✦

साक्षीदार

रामचंद्र आणि रमा हे एक वयोवृद्ध जोडपं होतं. दोघेही काबाडकष्ट करत, आपलं स्वप्न पूर्ण करण्यासाठी पैसे साठवत. भगवान विश्वनाथाच्या दर्शनाला जाण्याची त्यांची इच्छा होती. पण गरिबांच्या दृष्टीने ही गोष्ट तशी कठीणच होती.

अशी काही वर्षे लोटली. आता त्यांच्याकडे पुरेसे पैसे जमा झाले होते. त्या पैशात त्यांना तीर्थयात्रा करणं आता शक्य होतं.

प्रवास खूप लांबलचक आणि खडतर होता. वाटेत चोराचिलटांचं भय होतं. इतर लोकांनी त्यांना या गोष्टीची आधी कल्पना दिलेली होती. त्यामुळे आपल्या जवळच्या चीजवस्तू आणि विशेषत: पैशांची पुरचुंडी ते अत्यंत काळजीपूर्वक सांभाळून चालले होते. त्यांनी जवळचे सगळे पैसे मुद्दामच एका जुन्या, मळक्या कापडात गुंडाळून ठेवले होते – कोणाला संशय येऊ नये म्हणून!

काशीच्या वाटेवर त्यांना सौवीरा नावाचं गाव लागलं. या गावातील धर्मशाळेत राहण्याची चांगली सोय होती, असं त्यांनी ऐकलं होतं. मग रात्री मुक्काम त्या धर्मशाळेत ठोकायचा असं त्यांनी ठरवलं.

कामेश हा त्या धर्मशाळेचा व्यवस्थापक होता. ''तुम्ही येथील तिजोरीत तुमच्या जवळच्या चीजवस्तू ठेवा आणि नंतर जेवणापूर्वी अंघोळ वगैरे करून घ्या!'' असं त्याने त्या जोडप्याला सुचवलं. पण त्या जोडप्याला ती गोष्ट मान्य झाली नाही. रामचंद्र अंघोळीला गेला तेव्हा रमा आपल्या हातातील मळकं गाठोडं घट्ट पकडून बसून राहिली. रामचंद्र परत आल्यावर त्याने त्या गाठोड्याचा ताबा घेतला व रमाला स्नान उरकण्यास सांगितलं. त्यानंतर दोघांनी रात्रीचे जेवण घेतलं. जेवणानंतर कामेशशी थोड्या गप्पा मारल्या आणि नंतर आपल्या खोलीत निघून गेले.

रामचंद्रला आपल्या पैशांच्या पुरचुंडीची इतकी काळजी होती, की ती तो रात्रभर उशाखाली घेऊन झोपला. रमाने आपलं गाठोडं उशाला घेतलं. दोघंही लांबच्या प्रवासाहून थकून आल्यामुळे त्यांना ताबडतोब झोप लागली.

सकाळी उठल्यावर त्यांना चांगलं ताजंतवानं वाटत होतं. उठल्याबरोबर त्यांनी आधी आपली पैशांची पुरचुंडी चाचपून पाहिली. पाहतात तो काय – पुरचुंडी गायब!

कामेश आणि त्याची पत्नी कामिनी हे धूर्त जोडपं होतं. रामचंद्र आणि रमा सतत आपल्याजवळची पुरचुंडी आणि गाठोडं सांभाळत बसले आहेत हे पाहून त्यांना संशय आला होता. ज्या अर्थी हे दोघं आपले सामान कुठेही सोडून जाण्यास तयार नाहीत,

त्याअर्थी त्यात काहीतरी किमती ऐवज असणार, हे त्यांनी ओळखलं होतं. रामचंद्र आणि रमा जेव्हा आपल्या खोलीत गेले तेव्हा बाहेरून कामेश आणि कामिनी यांनी खिडकीच्या फटीतून चोरून त्यांच्या सर्व हालचाली पाहिल्या होत्या. रामचंद्रने आपल्या उशीखाली काहीतरी लपवून ठेवल्याचं त्यांच्या लक्षात आलं होतं. मध्यरात्री बिचारे वृद्ध पती-पत्नी थकून भागून झोपले होते, चांगले घोरत होते, तेव्हा कामेश आणि कामिनी यांनी डाव साधला. मांजराच्या पावलांनी येऊन त्यांनी ती पैशांची पुरचुंडी लांबवली.

पुरचुंडी कुठेच सापडत नाही हे पाहताच रामचंद्र आणि रमा हताश होऊन मोठ्यांदा शोक करू लागले. आता आपल्याला काशीविश्वेश्वराचं दर्शन कसं होणार? या विचारांनी त्यांना रडू कोसळलं. काही काळाने शांत झाल्यावर त्यांनी नीट विचार केला. धर्मशाळेत तर आपल्याखेरीज आणखी कोणीही यात्रेकरू उतरलेला नाही. मग आपली पुरचुंडी कशी काय गायब झाली? ते दोघे कामेशकडे गेले आणि त्यांनी तक्रार नोंदवली.

"हे पाहा, तुमच्या इथे आमचे पैसे हरवले."

कामेश म्हणाला, "त्याला मी काय करू? तुम्हाला असं म्हणायचंय का, की मी ते पैसे चोरले? आमची ही धर्मशाळा चांगली नावाजलेली आहे. त्यावर उगाच कलंक लावू नका. तुम्ही आपले निघून जा बघू."

"पण मी माझी पैशांची पुरचुंडी रात्री माझ्या उशीखाली ठेवून झोपलो होतो. अशी कशी गायब झाली ती?" रामचंद्र म्हणाला. कामेश काही ऐकून घेण्यास तयारच नव्हता.

अखेर दोघं आपलं कपड्यांचं गाठोडं आणि फराळाचा डबा घेऊन बाहेर पडले. पण आता जायचं तरी कुठे? त्यांना काही कळेना. येणाऱ्या-जाणाऱ्या पादचाऱ्यांना थांबवून ते आपली कहाणी सांगत. पण त्यांच्यावर कोणीही विश्वास ठेवायला तयार होईना. अखेर ते पडले परके लोक! तेथे जवळच एका झाडाखाली एक शिक्षक आपल्या काही विद्यार्थ्यांना शिकवत बसले होते. ते दुरूनच हा सगळा प्रकार बघत होते. या गरीब जोडप्याची कहाणी तर खरीच दिसते आहे. त्यांच्यावर अन्याय झाला आहे. त्यांना न्याय मिळायला हवा, असं त्यांना वाटलं. मग त्यांनी रामचंद्राला आपल्याजवळ बोलावून घेतलं. "हे पाहा, तुम्ही आमच्या राजाचे सल्लागार कृष्णकांत यांच्याकडे जा. ते फार हुशार आणि चतुर आहेत. शिवाय ते अत्यंत दयाळू आहेत. तुम्हाला नक्की मदत करतील!"

मनात आशा धरून रमा आणि रामचंद्र कृष्णकांतकडे गेले. त्यांनी सर्व हकिकत जशीच्या तशी त्यांना सांगितली. परंतु कामेशनेच चोरी केली याचा काहीही पुरावा त्यांच्याजवळ नव्हता. कृष्णकांत त्यांना म्हणाले, "माझ्या घरी एक मंतरलेला ढोल

आहे. तुम्ही त्याच्यासमोर जर खरं बोललात, तर तो आपोआपच वाजू लागतो. रामचंद्र उद्या सकाळी लवकर उठून स्नान करून तू आणि तुझी पत्नी माझ्याकडे या. माझ्या घरून तो ढोल उचलून दरबारात घेऊन जा. दुपारी हेच काम मी धर्मशाळा चालवणाऱ्या कामेश आणि कामिनीला सांगेन. सायंकाळी मी तुमचा न्यायनिवाडा करीन.''

दुसऱ्या दिवशी सकाळी ठरल्याप्रमाणे रामचंद्र आणि रमा कृष्णकांतांच्या घरी गेले आणि तेथून तो मंतरलेला ढोल उचलून दरबारात नेण्यासाठी निघाले. तो ढोल फारच जड लागत होता. दरबार बराच दूर होता. बिचाऱ्या पती-पत्नींना तो ढोल उचलून चालणं फारच कठीण जात होतं.

वाटेत त्यांना एक मोठं वडाचं झाड लागलं. त्याच्या सावलीत थोडा वेळ बसून विश्रांती घ्यायची, असं त्यांनी ठरवलं. मग त्यांनी तो ढोल झाडाखाली ठेवला आणि तिथेच बसून आपापसात बोलू लागले.

रमा म्हणाली, ''आपले पैसे तर गेलेच आहेत, पण ते परत मिळण्याची काही आशा मला तरी वाटत नाही. या असल्या अनोळखी गावात राहण्याऐवजी आपण आपलं आपल्या घरी परत गेलेलं बरं!''

रामचंद्र म्हणाला, ''मी त्या पैशाची इतकी काळजी घेतली. चोरांनी ते चोरू नयेत म्हणून ते मळक्या कपड्यात गुंडाळून ठेवले. पण अखेर चोरीला जायचे, ते गेलेच. मला वाटतं आपल्याला दर्शन घडावं अशी खुद्द काशीविश्वेश्वराची इच्छा दिसत नाही.''

त्यानंतर काही क्षणातच ढोल आपोआप वाजू लागला. ते म्हातारं जोडपं

आश्चर्यचकित झालं. पण त्यांना मनातून आनंद झाला. "आपले पैसे कोणी चोरले याचा आपल्याजवळ काही पुरावा जरी नसला, तरी आपली बाजू खरी आहे, हे निदान देवाला माहीत आहे. आता आपले पैसे परत मिळाले नाही, तरी हरकत नाही."

एक निःश्वास टाकून दोघे उठले आणि तो ढोल उचलून वाटेला लागले. आता मात्र तो ढोल बराच हलका लागत होता. रामचंद्र आपल्या पत्नीला म्हणाला, "देवाची आपल्यावर कृपादृष्टी आहे. त्यानेच हा ढोल हलका केला आहे." तो ढोल खरोखरच फारच हलका झाला होता. अत्यानंदाने ते झपाझप दरबाराकडे चालू लागले.

दुपारच्या वेळी तोच ढोल घेऊन कामेश आणि कामिनी दरबाराच्या वाटेने चालत निघाले. तो खूप जड होता. वाटेत त्यांनाही वडाचं झाड लागलं. त्या झाडाखाली तो ढोल ठेवून तेही जरावेळ विश्रांती घेण्यासाठी थांबले.

कामिनी आपल्या पतीला दूषणं देऊ लागली. "हे सगळं केवळ तुमच्यामुळे झालं. तुम्हाला काय गरज होती, त्यांचे पैसे चोरायची? नाहीतरी ती रक्कम थोडीशीच तर होती, तुम्ही जर गप्प बसला असता, तर आज आपल्यावर ही वेळ आली नसती!"

त्यावर कामेश रागाने म्हणाला, "पण दरवाजा तर तूच उघडलास आणि मला

ती पुरचुंडी बाहेर आणायलाही तूच मदत केलीस ना? जोपर्यंत आपण या संकटात सापडलो नव्हतो, तोपर्यंत तुला ते पैसे हवे होते. आता मात्र तू मलाच दोष देतेस होय? तुझ्यामुळे मला हा जड ढोल उचलून चालावं लागतंय.''

आपला नवरा एवढा चिडलाय आणि आपल्याला रागावतोय असं पाहून कामिनीने विषय बदलला, ''काय हो, या ढोलाला खरंच काही समजत असेल का? तो सत्य समजल्यावर वाजू लागत असेल का?''

''हा शुद्ध मूर्खपणा आहे!'' कामेश म्हणाला. तो असं म्हणत असतानाच कृष्णकांत त्या ढोलातून बाहेर आले आणि म्हणाले, ''तुमच्या चोरीचा साक्षीदार मीच आहे. तुमचं दोघांचं बोलणं मी ऐकलंय. मला सगळं कळलंय. आज सकाळी रामचंद्र आणि रमा जेव्हा हा ढोल घेऊन चालले होते, तेव्हा सुद्धा मीच या ढोलात बसलो होतो त्या दोघांचं संभाषणही मी ऐकलं. ते दोघं खरं बोलत आहेत अशी माझी खात्री पटल्यावर मी त्या ढोलातून उतरलो. आता तुम्हाला केवळ चोरलेले पैसेच परत करावे लागतील असं नाही, तर चोरलेल्या रकमेच्या तिप्पट नुकसानभरपाई म्हणून भरावी लागेल.''

रामचंद्र आणि रमा यांना अखेर न्याय मिळाला व ते आपल्या यात्रेला निघाले.

◆

तैलचित्राची साक्ष

रघुपती हा कमलपुरा येथे राहणारा एक धनाढ्य जमीनदार होता. त्याच्या पहिल्या पत्नीपासून त्याला एक मुलगा होता. त्याचं नाव सहदेव. सहदेव अगदी लहान असतानाच त्याची आई वारली होती. तो आईविनाच लहानाचा मोठा झाला. साहजिकच अतिलाडांमुळे तो जरासा हट्टी झाला होता. तो कोणाचंही ऐकत नसे. काही वर्षांनंतर रघुपतीने दुसरं लग्न केलं. त्याच्या पत्नीचं नाव अरुंधती. ही गरीब घराण्यातील होती. स्वभावाने अगदी सरळ होती. ती सहदेवाशी चांगलं वागूनही त्याला मात्र ती आवडत नसे. अखेर ती पडली सावत्र आई, अशाच भावनेने तो तिच्याकडे पाही.

काही दिवसांनी तिला मुलगा झाला. त्याचं नाव जनार्दन असं ठेवण्यात आलं. जनार्दन जसा मोठा होऊ लागला तशी सहदेवच्या मनातील तेढ वाढत चालली. तो आता अरुंधती व जनार्दनचा द्वेष करू लागला. जनार्दनच्या रूपाने आता आपल्या वडिलांच्या संपत्तीमध्ये वाटेकरी आला. आजपर्यंत आपण त्यांचे एकुलते एक वारस होतो. अशा विचाराने त्याला जनार्दनचा अधिकच राग येई. हे पाहून रघुपतीला खूप दु:ख होई. त्याने सहदेवला समजावून सांगण्याचा कितीतरी प्रयत्न केला पण सहदेवाच्या वागण्यात काहीही सुधारणा झाली नाही.

अशी आणखी काही वर्षे लोटली. अरुंधती आणि जनार्दन यांच्या बाबतीत रघुपतीची काहीही तक्रार नव्हती. तो त्यांच्याबद्दल समाधानी होता, पण त्या दोघांमध्ये आणि सहदेवमध्ये दिवसेंदिवस अधिकाधिक दुरावा निर्माण होत चालला होता. त्याबद्दल रघुपतीला वाईट वाटत असे. एक दिवस रघुपती आजारी पडला. त्याला वाटलं साधा ज्वरच आहे, विशेष काही नसेल. त्यामुळे त्याने घरीच विश्रांती घ्यायचं ठरवलं. पण जसजसे दिवस जात होते, तसतशी त्याच्या प्रकृतीत सुधारणा होण्याचं काहीही चिन्ह नव्हतं. आता आपल्यापाशी फार दिवस उरलेले नाहीत, त्यामुळे आता आपण आपले मृत्यूपत्र बनवलंच पाहिजे, असं त्याच्या मनानं घेतलं.

मृत्यूपूर्वी आपली ही अखेरची जबाबदारी आहे असा विचार करून त्याने सहदेव आणि अरुंधती या दोघांनाही आपल्याजवळ बोलावून घेतले आणि म्हणाला, "माझ्या मृत्यूनंतर तुम्ही दोघे हा लखोटा चार सज्जन विद्वानांच्या समोर उघडा आणि त्यांच्या साक्षीने माझी मालमत्ता विभागून घ्या. सर्वकाही या मृत्यूपत्रात लिहिलेलं आहे." त्यानंतर रघुपतीने एक बंद लखोटा सहदेवच्या हाती ठेवला.

त्यानंतर सहदेवशी चार शब्द बोलण्याची खरं तर रघुपतीची इच्छा होती. पण सहदेव मात्र एक क्षणभरही न थांबता तो लखोटा घेऊन तेथून तातडीने निघून गेला.

"तुमच्या हयातीतसुद्धा कधी सहदेवला आम्ही जवळचे वाटलो नाही. आम्ही दोघेही त्याला आवडत नाही. तुमच्या मृत्यूनंतर आम्ही काय करू? कसं जगू? आमचं काय होणार?" अरुंधती दु:खाने व्याकूळ होऊन रडत म्हणाली.

त्यानंतर रघुपतीने आपलं स्वत:चं तैलचित्र अरुंधतीच्या हाती ठेवलं आणि म्हणाला, "काळजी करू नको. मला कल्पना आहे त्याची. पण तुझ्या अवतीभवती खूप सज्जन, चांगले लोक आहेत. ते तुला कधीही मदत करतील. तुला त्या मृत्यूपत्रानुसार जे काही मिळेल त्याबद्दल तू समाधान मान. पण जेव्हा आपला जनार्दन अठरा वर्षांचा होईल तेव्हा मात्र तू माझं हे तैलचित्र घेऊन महाराजांकडे जा आणि महाराजांचे सल्लागार कृष्णकांत यांना तू ते दे. त्यानंतर जे काही करायचं, ते कृष्णकांत करतील."

"पण त्यांची आणि तुमची ओळख आहे का?" अरुंधतीने काळजीने विचारले

"नाही, पण ते फार विद्वान आहेत आणि नेहमी साक्षीपुराव्याच्या आधारे न्यायनिवाडा करतात, असं मी ऐकलंय. हे तैलचित्र हा एक साक्षीदार आहे. कृष्णकांतांना ते नक्कीच समजेल."

रघुपतीची भीती खरीच ठरली. त्यानंतर केवळ काही महिन्यांच्या आतच त्यांचं निधन झालं.

अरुंधती आणि तिचा लहान मुलगा जनार्दन यांच्या दु:खाला पारावार उरला नाही. या शोकमग्न अवस्थेतून बाहेर निघण्यास अरुंधतीला फार वेळ लागला. सहदेव मात्र व्यवहारी असल्यामुळे त्याने लवकरच अरुंधतीला निरोप धाडला, गावातील चार विद्वानांना बोलावून घेतलं आणि त्यांच्या साक्षीने मृत्यूपत्राचं वाचन केलं.

वडिलोपार्जित घर आणि सर्वच्या सर्व जमीन सहदेवच्या नावे करण्यात आली होती, तर जुनं पडकं घर आणि ओसाड जमीन जनार्दनला देण्यात आली होती. अखेर वडिलांनी जे काही केलं, ते योग्यच केलं असं सहदेवच्या मनात आलं आणि तो खूष झाला. अरुंधतीला मात्र हे अघटित वाटलं. तिला खूप असहाय, निराश वाटलं. आपल्या पतीनं आपल्यावर एवढा मोठा अन्याय कसा काय केला, असं तिच्या मनात आलं. पण तरीसुद्धा तिची आपल्या पतीवर गाढ श्रद्धा होती. आपल्या पतीने जे काही केलं आहे, ते नक्की योग्यच असणार, न्यायाला धरून असणार अशी तिची खात्री होती. तिने पूर्ण विचारांती मृत्यूपत्रात सांगितलेल्या सर्व गोष्टींचं पालन करण्याचं ठरवलं आणि आपलं तुटपुंजं सामान घेऊन, लहानग्या जनार्दनला घेऊन ती जुन्या घरात राहायला गेली.

नंतरचं आयुष्य मात्र फार खडतर होतं. सहदेवाने तर तिच्याशी भाषणसुद्धा वर्ज्य केलं होतं, मदतीचा हात पुढे करणं तर दूरची गोष्ट.

आपलं आणि आपल्या मुलाचं पोट भरायचं आणि मुलावर उत्तम संस्कार करून त्याला लहानाचं मोठं करायचं, हे मोठंच आव्हान अरुंधतीच्या समोर होतं. पण तिने मात्र ही जबाबदारी हसतमुखाने उचलली होती आपल्या मृत पतीला कधीही दोष दिला नाही.

काही वर्षं लोटली. जनार्दन अठरा वर्षांचा झाला त्याच दिवशी अरुंधती कृष्णकांतांना जाऊन भेटली आणि आपली करुण कहाणी तिने त्यांना सांगितली, ''महाराज, मी रघुपती यांची विधवा पत्नी आहे. माझ्या पतीस तुमच्याविषयी खूप आदर होता. तुमची व त्यांची प्रत्यक्ष भेट जरी कधीही झाली नसली तरीही ते तुम्हाला फार मानत! त्यांच्या मृत्यूपत्राद्वारे माझ्या वाट्याला उपेक्षा आली आहे. पण त्यांनी मला त्यांचं स्वत:चं हे तैलचित्र दिलं आहे. हे तैलचित्रच साक्षीदार असून त्याबद्दल काय करायचं हे तुम्हाला नीट समजेल व तुम्ही नीट कराल, असं माझ्या पतीनं मरतेसमयी मला सांगितलं. त्यांच्या मनात नक्की काय होतं हे काही मला नीट कळलं नाही. पण तुम्ही खरोखरच काय ते व्यवस्थित कराल अशी माझी खात्री आहे.''

कृष्णकांत यांनी ते तैलचित्र हातात घेतलं. ते एका बंद पिशवीत होतं. ते काही वेळ विचार करून म्हणाले, ''आपण उद्या भेटू.''

कृष्णकांत यांनी घरी गेल्यानंतर ते तैलचित्र बाहेर काढून नीट निरखून पाहिलं.

चित्रातील व्यक्ती कोण असावी? असा विचार त्यांच्या मनात आला. त्यांनी ते चित्र अगदी बारकाईने तपासलं. त्या चित्राच्या खाली अनेक पापुद्रे असल्याचं त्यांच्या लक्षात आलं. त्यांनी अगदी काळजीपूर्वक एकेक पापुद्रा दूर करण्यास सुरुवात केली. अखेर त्यांना आत एक पत्र सापडलं. ते त्यांनी उघडून वाचलं. त्यात लिहिलं होतं, "श्रीमान कृष्णकांतजी, तुम्ही अत्यंत बुद्धिमान आहात, याची मला कल्पना आहे. आता मी तुम्हाला एक गुपित सांगणार आहे. अरुंधतीच्या नावे मी जे घर ठेवलं आहे, त्या घरात दहा सोन्याच्या विटा आहेत. त्या तुम्ही सर्व लोकांच्या समोर बाहेर काढायच्या आहेत. पण त्या तुम्ही अशा खुबीने काढायच्या, की त्या विटांचं रहस्य तुमच्याखेरीज इतर कोणालाही समजता कामा नये. सहदेवच्या वाटणीला मी माझ्या जवळच्या चांगल्यात चांगल्या गोष्टी आधीच दिल्या आहेत. तेव्हा आता माझी पत्नी अरुंधती व मुलगा जनार्दन यांना तुम्हीच न्याय मिळवून द्या." त्या पत्रावर रघुपतीची स्वाक्षरी आणि तारीख होती. ते पत्र अस्सल असल्याची कृष्णकांतांची खात्री पटली.

दुसऱ्या दिवशी कृष्णकांत यांनी सहदेवाला व गावातील चार विद्वानांना निरोप धाडला व अरुंधतीच्या घरी बैठकीसाठी बोलावून घेतले. त्यांनी तिथे जमलेल्या सर्वांसाठी खुर्च्या मांडल्या होत्या. त्याशिवाय एक जास्तीची खुर्ची पण आणून ठेवली होती. ती रिकामीच ठेवण्यात आली होती. हे काय चाललंय, हे जमलेल्या लोकांना समजेना.

त्यानंतर कृष्णकांत त्या रिकाम्या खुर्चीशी बोलू लागले, "काळजी करू नका. मृत्यूपत्रात जे काही लिहिलंय, त्याचप्रमाणे मी करीन. त्याचे साक्षीदार म्हणून इथे

सहदेव आणि गावातील विद्वज्जन जमले आहेत. तुम्ही अगदी सुखानं स्वर्गात जा.''

त्यानंतर ते जमलेल्या लोकांकडे पाहून म्हणाले, ''तुम्हाला या ठिकाणी एक गोरेपान गृहस्थ बसलेले दिसत आहेत की नाही? त्यांनी लाल पगडी घातली आहे. त्यांचं नाक धारदार असून त्यांच्या कपाळावर जन्मखूण आहे. त्यांना भल्यामोठ्या मिशा आहेत. ते मला सारखं सांगत आहेत – 'माझ्या मृत्यूपत्रात लिहिल्याप्रमाणे वागा!' सज्जनहो, हे गृहस्थ कोण आहेत?''

कृष्णकांत आणि रघुपती यांची कधीही भेट झालेली नव्हती, हे जमलेल्या सर्वांनाच माहीत होतं.

सहदेव म्हणाला, ''ते माझे वडील आहेत.'' त्यानंतर त्याने वडिलांच्या मृत्यूपत्राविषयी सर्वांना सांगितलं.

कृष्णकांतांनी रघुपतीचं मृत्यूपत्र बघण्यास मागितलं. ते सहदेवकडेच होतं. ''आम्ही सगळ्या मालमत्तेची माझ्या वडिलांच्या इच्छेप्रमाणेच वाटणी केली आहे. सगळे या गोष्टीला साक्षीदार आहेत.'' सहदेव संतापून म्हणाला.

''अरुंधती व जर्नादनाच्या वाट्याला केवळ जुनं घर आणि पडीक जमीनच आली आहे, याविषयी तुझी खात्री आहे?''

''होय! आणखी काहीही नाही.'' सहदेव म्हणाला.

''अरुंधतीला वाटणीनुसार जे घर मिळालं आहे, त्यावर अर्थातच तुझा आता काही हक्क नाही. बरोबर?''

''होय. माझा त्यावर अजिबात हक्क नाही.''

आता कृष्णकांत अरुंधतीकडे वळून म्हणाले, ''बाई, तुम्हाला त्या मृत्यूपत्रानुसार एवढंच मिळायला हवं होतं, बरोबर?''

यात काहीच नवीन नव्हतं. अरुंधतीने होकारार्थी मान हलवली.

हे सगळं अगदीच विचित्र चाललेलं होतं. जमलेले लोक एक एक करून जाण्यासाठी उठू लागले.

''अरे... मी एक गोष्ट विसरलोच!'' कृष्णकांत मोठ्यांदा म्हणाले, सर्वजण थांबून त्यांचे बोलणे कान देऊन ऐकू लागले. ''मी तुम्हाला एक सांगायचं विसरलो. रघुपती यांनी मला आणखी एक गोष्ट सांगून ठेवली आहे. या जुन्या घराच्या काही विटा सोन्याच्या असून जर हे घर पाडलं, तर त्या सापडतील. अर्थात हे घर पूर्णपणे अरुंधती यांच्या मालकीचं आहे. तेव्हा त्यांना जर हे घर पाडून त्या विटा मिळवायच्या असतील, तर तसं करायला त्या मोकळ्या आहेत.''

ते ऐकून अरुंधती जरा घाबरली. जर हे घर पाडलं आणि सोन्याच्या विटा नाही निघाल्या, तर आपण काय करायचं? कुठे राहायचं? असा प्रश्न तिला भेडसावू लागला. पण आता जनार्दन मोठा झाला होता. त्याने आपल्या आईचं मन वळवलं

व हे साहस करणं कसं जरुरीचं आहे, हे तिला पटवून दिले. त्यानंतर ते घर पाडण्यात आलं आणि यथावकाश दहा सोन्याच्या विटा त्यातून खरोखर निघाल्या.

कृष्णकांत जनार्दनाला म्हणाले, ''हे नीट तिजोरीत ठेव आणि त्याचा योग्य वापर कर. आपल्या आईची नीट देखभाल कर.''

अरुंधती खूप आनंदित झाली. आपल्या पतीने आपल्यावर अन्याय केलेला नाही, या विचाराने तिच्या मनाला शांती लाभली. तिचे दु:खाचे दिवस सरले होते.

कृष्णकांत यांनी मात्र रघुपतीचे भूत त्यांच्याशी बोलत असल्याचा केवळ देखावा केला होता. अरुंधतीला न्याय मिळवून देण्यामध्ये एकमेव साक्षीदार केवळ ते तैलचित्रच होते!

◆

पांढरा कावळा

उमासुंदरी ही एक बडबडी स्त्री होती. तिला घरकामाचा अत्यंत कंटाळा होता. शेजारपाजारच्या बायकांना गोळा करून त्यांच्याशी गप्पा मारण्यात तिचा सगळा वेळ खर्च होत असे. कोणतीही लहानसहान गोष्ट कळली तरी तिला पदरचा मीठमसाला लावून ती त्याचं रसभरीत वर्णन करून दुसऱ्यांना सांगत असे. तिच्या गप्पा ऐकताना वेळ कसा जायचा, ते कळायचं नाही. पण त्यापैकी बहुतांशी गोष्टी कपोलकल्पित असत. केवळ उमासुंदरीच नव्हे, तर तिच्याबरोबर गप्पागोष्टी करत वेळ व्यर्थ दवडणाऱ्या अनेक स्त्रिया अशाच होत्या.

तिचा पती शिवसुंदर हा तिच्या या वागण्याला पुरता कंटाळून गेला होता. त्याने तिला अनेकदा सांगितलं होतं, ''काळ ही एक अमूल्य गोष्ट आहे, कारण काळ कधी पैशाने विकत घेता येत नाही. हा वेळ स्वत:मध्ये काहीतरी सुधारणा घडवून आणण्यात घालव. नाहीतर कुटुंबाच्या अथवा समाजाच्या भल्यासाठी खर्च कर. नुसत्या गावगप्पांचा काय उपयोग आहे? लोकांना जरी तुझ्या गप्पागोष्टी ऐकताना मजा वाटली, तरी त्यांच्या मनात तुझ्याबद्दल कधीच आदर निर्माण होणार नाही.''

पण उमासुंदरीने मात्र आपल्या पतीचा हा सल्ला कधीही मानला नाही.

तिच्या या अशा स्वभावामुळे ती कधी धड स्वयंपाक करत नसे, कधी घराची साफसफाई करत नसे, तर कधी स्वत:च्या मुलांचीसुद्धा पर्वा करत नसे. अनेकदा शिवसुंदरला यामुळे अनेक अडचणींना तोंड द्यावं लागे.

असाच एक सुट्टीचा दिवस होता. शिवसुंदर रिकामाच बसला होता. त्यांच्या घराच्या अंगणात एक लहानशी जुनी झोपडी होती. त्या झोपडीच्या छतावर एक काळा कावळा बसला होता. तो नेहमीच्या सर्वसाधारण कावळ्यांसारखाच होता. पण अचानक शिवसुंदरच्या मनात एक विचार चमकून गेला. त्याने लगेच आपल्या पत्नीला हाक मारली. ''उमासुंदरी, इकडे ये... बघ जरा त्या पांढऱ्या शुभ्र छतावर किती सुंदर कावळा बसलाय. पण कोणाला सांगू नको हं.''

ते ऐकून उमासुंदरीला आधी काही विशेष वाटलं नाही. ''त्यात काय एवढं? कावळ्याचा रंग कोणता असतो ते सगळ्यांना माहीत असतं.'' ती त्याला म्हणाली. पण एकीकडे तिच्या मनात आपल्या पतीचे शब्द घुमू लागले. ''पण कोणाला सांगू नको हं!'' आता हे आपण कोणालातरी सांगितलंच पाहिजे, असं तिला वाटू लागलं.

शिवसुंदर फक्त एवढं बोलून बाजारात निघून गेला. त्याबरोबर दुपारचं जेवणही

न करता उमासुंदरी जी उठली ती तडक आपली शेजारीण सत्यभामा हिच्याकडे गेली. ''सत्यभामे, अगं आमच्या अंगणातील झोपडी पाहिलीस का? आज दुपारी तिच्या छतावर एक प्रचंड मोठा कावळा बसला होता. मी तरी आजवर कधीच इतका मोठा कावळा पाहिलेला नाही. माझ्या नवऱ्यानं आज मला मुद्दाम बोलावून सांगितलंय – याविषयी कुणाला सांगू नको म्हणून! त्यामागे काहीतरी नक्की रहस्य असल्यासारखं माझा नवरा वागत होता गं! पांढऱ्या छतावर बसलेला कावळा! जणू काही त्याठिकाणी काही खजिनाच दडला असावा, असं तो वागत होता. पण तू सुद्धा हे कुणाला सांगू नको, बरं का! मी तुला ही गोष्ट सांगितल्याचं जर त्याला कळलं ना, तर चांगलाच ओरडेल माझ्यावर!''

उमासुंदरी एवढं बोलून घरी परतली.

सत्यभामा जेवायला बसली होती, पण ती जेवायची एकदम थांबली. हे सगळं ऐकल्यावर तिला शांत राहणं शक्य होईना. ती अर्ध्या जेवणातून उठून आपली शेजारीण विमलावती हिच्याकडे गेली.

विमलावतीचं जेवण नुकतंच झालं होतं. ती आपल्या जुन्या झालेल्या सोन्याच्या बांगड्या स्वच्छ करत बसली होती. सत्यभामेनं तिला अगदी हळू आवाजात सांगितलं, ''अगं, ऐकलंस का? उमासुंदरीच्या अंगणातली झोपडी आहे ना, त्याच्या छतावर म्हणे एक अतिशय मोठा काळा कावळा बसला होता. त्याच्या अंगावर एक पांढरा ठिपकासुद्धा होता. तो कावळा एखाद्या गरूडाएवढा मोठा होता आणि सकाळ उजाडल्यापासून तिथेच बसून होता म्हणे. त्या ठिकाणी गुप्त खजिना किंवा असंच काहीतरी असणार हे नक्की. लोकांनी म्हणे त्या कावळ्याला दगड मारले, तरी तो

तिथून उडून जायला तयार नव्हता. जाऊ दे. पण तू हे कोणाला सांगू नकोस हं. मी जाते हं. माझं जेवण अर्धच राहिलंय...'' एवढं बोलून ती निघून गेली.

हे ऐकून विमलावतीला दुःख झालं. तिला आठवलं – तिची आजी तिला नेहमी सांगायची. असं काहीतरी अघटित एखाद्या ठिकाणी घडलं, तर त्या जागी जमिनीच्या पोटात म्हणे गुप्त खजिना दडलेला असतो. उमासुंदरीच्या अंगणातील त्या झोपडीच्या खालच्या जमिनीत नक्की गुप्त खजिना सापडणार या विचारांनी ती व्यथित झाली. आपल्याला या सोन्याच्या दोन बांगड्या करताना नाकीनऊ आले आणि इकडे उमासुंदरीला मात्र खजिना मिळाला! तिला ही गोष्ट मुळीच सहन होईना. ती कोणाच्यातरी कानावर घातलीच पाहिजे, असं तिला वाटलं आणि ती आपला पती कमलेश याच्याकडे गेली.

कमलेश हा एक लेखक होता. पण त्याला आता मात्र काहीही नवीन कल्पना सुचत नव्हती. त्याला त्यामुळे फार अस्वस्थ वाटत होतं. तेवढ्यात विमलावती तिथे आली. ती म्हणाली, ''काल्पनिक कथा लिहिणं पुरे करा. जरा उमासुंदरीकडे बघा. काहीही काम न करता त्या लोकांना हिरे, माणकं, जडजवाहीर मिळणार आहे.''

आपल्या पत्नीने आरडाओरडा करून लेखनात असा व्यत्यय आणल्यामुळे कमलेश त्रासून गेला. त्यात आपले शेजारी असे श्रीमंत होणार असल्याची बातमी त्याला त्याच्या पत्नीने सांगितली होती! त्याने विचारले, ''कुठे? कसं?''

''असं कळलंय, की उमासुंदरीच्या अंगणातील झोपडीच्या छतावर एक पांढरा कावळा बसलाय आणि त्या ठिकाणी म्हणे फार मोठा गुप्तधनाचा साठा आहे!''

कमलेशला शिवसुंदरचा नेहमी राग यायचा. आता त्याला अद्दल घडवण्याची चांगली संधी चालून आली आहे असं त्याला वाटलं.

त्याने आपलं लेखन थांबवलं आणि तो सरळ कोतवालाकडे गेला. ''महाराज, मला अशी खात्रीलायक बातमी समजली आहे, की शिवसुंदरच्या अंगणातील झोपडीच्या भिंतीमध्ये गुप्तधनाचा साठा दडवून ठेवण्यात आलेला आहे. एक जबाबदार नागरिक या नात्याने मी ही गोष्ट तुमच्या कानावर घालून माझं कर्तव्य पार पाडत आहे.''

सत्यपुरा नगरीच्या राजाचा असा नियम होता, की जर कोणालाही जमिनीत दडलेला गुप्तधनाचा साठा सापडला तर तो साठा त्या व्यक्तीने ताबडतोब राजाच्या स्वाधीन केला पाहिजे. तसे न करणाऱ्यास कडक शिक्षा होत असे.

कोतवाल आपल्या शिपायांसह शिवसुंदरच्या घरापाशी येऊन हजर झाला. त्या शिपायांनी आपल्यासोबत शिवसुंदरच्या अंगणातील झोपडी जमीनदोस्त करण्याची सर्व आयुधे आणली होती. एव्हाना शिवसुंदर घरी आला होता.

कोतवाल म्हणाला, ''आम्ही तुझी ही झोपडी पाडण्यासाठी आलो आहोत. तेथे

जे काही सापडेल, त्याच्यावर राजाची मालकी असेल. हा माझा हुकूम आहे.''

शिवसुंदर त्याला समजावण्याचा प्रयत्न करू लागला, पण कोतवाल काही ऐकण्यास तयार नव्हता. झोपडी जमीनदोस्त करण्याचं काम ताबडतोब सुरू करण्यात आलं, पण सरतेशेवटी कोतवालाला आणि त्याच्या शिपायांना काहीच मिळाले नाही.

कोतवाल निराश होऊन आपल्या शिपायांसह तिथून निघून गेला. पण तो मनातून कमलेशवर चिडला होता. त्याने कमलेशला बोलावून धमकी दिली, ''माझी कुरापत काढू नको आणि उगीच अफवाही पसरवू नको. परत असं जर कधीही केलंस तर मी तुला सरळ उचलून तुरुंगात टाकीन.''

शिवसुंदरला मनातून हसू आवरेना. तो स्वत:शीच म्हणाला, ''बरं झालं. देवा, ती जुनी पुराणी झोपडी आयतीच पाडून मिळाली. नाहीतर आपल्याला ती पाडायचा केवढातरी खर्च आला असता. अखेर उमासुंदरीच्या बढाया मारण्याचा आणि गावगप्पा करण्याच्या स्वभावाचा मला असा फायदा झाला.''

या घटनेनंतर मात्र लोकांचा उमासुंदरीवरील विश्वास पूर्णपणे उडून गेला. तिला शेजारीपाजारी आपल्या घरी गप्पा मारायला आता बोलवेनासे झाले. अखेर उमासुंदरीला आपली ही सवय सोडून द्यावी लागली व तिने आपला वेळ विधायक कामांसाठी वापरण्यास सुरुवात केली.

✦

चतुर निरंजन
(मंगोल लोककथेवर आधारित)

निरंजन हा एक चाणाक्ष आणि चतुर मुलगा होता. त्याला कोणत्याही गोष्टीचा भल्यासाठी वापर करून घेणे जमत असे. एक दिवस तो शेजारच्या गावी चालला होता. वाटेत त्याला जयदेव भेटला. तो दुःखी दिसत होता. त्याच्या हातात घोड्याची शेपटी होती.

"काय झालं?" निरंजनने जयदेवला विचारलं.

एका अपघातात माझा घोडा मेला असून मी या ठिकाणी पोहोचेपर्यंत एका कोल्ह्याने त्याचं मृत शरीर ओढून नेलेलं होतं. केवळ त्याची ही शेपटीच काय ती मागे उरली होती."

जयदेव एक गरीब शेतकरी होता. परत एक नवीन घोडा खरेदी करण्याची त्याची ऐपत नव्हती. निरंजनने क्षणभर विचार केला आणि तो म्हणाला, "जयदेव, मला ती शेपूट दे. मी तुला दुसरा एक घोडा मिळवून देतो."

निरंजन हे कसं काय करणार, ते काही जयदेवला कळलं नाही, तरीपण त्याने ती शेपूट निरंजनच्या स्वाधीन केली.

निरंजन ती घेऊन पुढे चालत निघाला. वाटेत त्याला एक बीळ दिसलं. त्या बिळाच्या तोंडात त्याने ती घोड्याची शेपूट खुपसून ठेवली आणि ती धरून तिथेच उभा राहिला. थोड्या वेळाने एक धनाढ्य माणूस एका घोड्यावर बसून तिथून चालला होता. निरंजनला पाहून तो म्हणाला, "काय रे? तू कोण आहेस? तू हातात घोड्याची शेपूट पकडून का उभा आहेस?"

"इथे मी माझ्या घोड्याला चरण्यासाठी घेऊन आलो आहे. या बिळाच्या खाली एक मोठा खजिना दडलेला आहे. हा माझा घोडा खास वैशिष्ट्यपूर्ण घोडा आहे. गुप्त खजिना कुठेही दडलेला असला, तरी तो हा घोडा शोधून काढू शकतो. आत्ता तो या बिळात गेला आहे, आणि मी त्याची शेपूट पकडून इथे उभा राहिलो आहे. एकदा माझा घोडा बिळातून बाहेर आला, की तो खजिना मला मिळेल."

निरंजन फारच भोळाभाबडा आहे, असं त्या धनाढ्य माणसाला वाटलं.

निरंजन पुढे म्हणाला, "धनी, तो खजिना घरी घेऊन जायला माझ्याकडे मोठं पोतं नाही, तेव्हा तुम्ही तुमच्याजवळचं हे पोतं मला द्या. मी त्यात ती सगळी संपत्ती भरीन."

तो घोडेस्वार तातडीने म्हणाला, "अरे, माझ्याजवळच्या या पोत्याला मोठं भोक आहे. त्यापेक्षा असं कर ना, हा माझा घोडा घेऊन तुझ्या गावाला जा आणि पोतं घेऊन ये. तोपर्यंत मी तुझ्या घोड्याची शेपूट पकडून उभा राहतो."

निरंजनला घोड्यावरून आपल्या गावाकडे जाऊन पोतं घेऊन परत येण्यास किमान दोन तास तरी लागतील, असा त्या घोडेस्वारानं मनाशी हिशोब केला. तेवढ्यात आपण तो गुप्त खजिना आणि तो खास घोडा घेऊन पोबारा करायचा, असा बेत त्यानं मनाशी आखला.

निरंजनने आधी बरेच आढेवेढे घेतले आणि अखेर अत्यंत नाइलाज झाल्यासारखा अभिनय करत ती घोड्याची शेपूट त्या माणसाला पकडू दिली. तो म्हणाला, "आता तुम्ही म्हणता तसं करण्यावाचून दुसरा तर काही पर्यायच दिसत नाही. पण ती शेपूट नीट व्यवस्थित पकडून धरा हं. मी लवकरात लवकर मोठी मोठी पोती घेऊन येतोच." असं म्हणून त्या माणसाच्या घोड्यावर मांड ठोकून निरंजन तेथून निघून गेला.

एक तास होऊन गेला तरी तो खास घोडा काही त्या बिळातून बाहेर येण्याचं लक्षण दिसेना. अखेर अधीरतेने त्या धनाढ्य माणसाने आपल्या हातातील शेपटीला मोठा हिसका दिला, त्याबरोबर तोल जाऊन तो स्वतःच कोलमडून पडला. त्या बिळातून घोडा तर काय, साधा ससासुद्धा बाहेर आला नाही.

निरंजनने परत जाऊन हा नवा घोडा जयदेवला दिला आणि स्वत: दुसऱ्या दिशेने निघून गेला.

रस्त्यात त्याला दयानंद गवळी भेटला. हा दयानंद रोज दुधात पाणी मिसळून लोकांची फसवणूक करत असे. आत्तासुद्धा तो डोक्यावर एका मातीच्या घड्यामध्ये दूध घेऊन चालला होता. तो निरंजनला म्हणाला, ''निरंजन, तू इतरांना जसं फसवतोस ना, तसं मला मात्र कधी नाही फसवू शकणार.''

निरंजन हसून त्याला म्हणाला, ''दयानंद, अरे मी कशाला तुला फसवू? विशेषत: आज तर मी मुळीच असं काही करणार नाही. आज आभाळात इतके ढग भरून आले आहेत, मला काही पावसात भिजण्याची इच्छा नाही.''

''खरं की काय? मला तर अजून केवढा रस्ता काटायचाय?'' दयानंद आकाशाकडे बघत काळजीने म्हणाला.

त्याबरोबर त्याच्या डोक्यावरील मातीचा घडा खाली पडून फुटला. सगळं दूध रस्त्यावर सांडलं. ते पाहून निरंजनला हसू फुटलं.

त्यानंतर तो पुढे निघाला. वाटेत त्याला वसुदेव भेटला. तो घोड्यावरून

चालला होता.

निरंजन त्याला म्हणाला, ''तुम्ही एवढे श्रीमंत आहात. पण मी जे करू शकतो, ते तुम्हाला जमणार नाही.''

वसुदेवाला राग आला. तो म्हणाला, ''हे तू सिद्ध करून दाखवशील?''

''अर्थात'' निरंजन म्हणाला.

''ठीक आहे, तर मग मला या घोड्यावरून खाली उतरवून दाखव बघू.''

''माझ्यासारख्या गरीब माणसाला हे कसं काय जमणार? पण जर तुम्ही स्वत: या घोड्यावरून खाली उतरलात, तर तुम्हाला मी परत त्यावर बसवू शकतो. ते माझ्या हातात आहे.'' निरंजन म्हणाला.

''शक्यच नाही. दाखव बरं करून.'' वसुदेव म्हणाला, आणि घाईघाईने घोड्यावरून खाली उतरला.

''धनी, बरं झालं. मला आदर दाखवून तुम्ही घोड्यावरून खाली उतरलात.''

त्याचे हे शब्द ऐकून वसुदेव संतापला.

''तुझ्यासारख्या दीडदमडीच्या माणसाशी बोलायची माझी मुळीच इच्छा नाही.'' असं म्हणून तो तातडीने घोड्यावर मांड टाकून बसला व तेथून जायला निघाला.

''धनी, परत तुम्ही माझं ऐकलंत, बरं झालं हं. खरंच बरं झालं!''

◆

बक्षीस

सोमेश हा एक कंजूष, लबाड आणि अत्यंत श्रीमंत सावकार होता. तो पैसे गोळा करण्याच्या बाबतीत अगदी निर्दयी होता. कोणालाही कसलीही सवलत देत नसे तो. राघव हा त्याच गावातील एक भोळा, भाबडा, गरीब माणूस होता. त्याने सोमेशकडून शंभर रुपये कर्जाऊ घेतले होते.

एक दिवस सोमेश शहरातून एक जड पेटी घेऊन येत होता. त्याला रस्त्यात राघव भेटला. त्याने राघवला ती पेटी उचलून घरापर्यंत वाहून नेण्यास सांगितले. राघवने ते मान्य केलं आणि ती पेटी सोमेशच्या घरापर्यंत वाहून नेली. पेटी खाली ठेवून त्याने परत निघण्याआधी सौम्यपणे आपली मजुरी मागितली.

सोमेश म्हणाला, ''तुला गरज होती तेव्हा मी क्षणाचाही विलंब न लावता तुला पैसे दिले, तशीच मला जेव्हा तुझी गरज भासली तेव्हा तू सुद्धा क्षणाचाही विलंब

न लावता मला मदत केलीस. मी तुझं काही देणं लागत नाही.''

राघव खूप थकला होता. तो म्हणाला, ''तुमची पेटी फार जड होती. त्याच्या आत काय आहे?''

''त्यात सोन्याच्या चिपा आहेत.'' सोमेश राघवची चेष्टा करत म्हणाला,

''धनी, एका दिवसात तुम्ही एवढ्या सोन्याच्या चिपांची कमाई कशी काय केली?''

राघवचे ते प्रश्न ऐकून सोमेशला राग आला. त्याला वाटलं, याला चांगला धडा शिकवावा. तो म्हणाला, ''सोपं आहे. तुला माहीत आहे ना, आपला राजा रतिदेव याला चांगल्या जातीच्या कुत्र्यांचा शौक आहे. आज मी त्याला दहा कुत्रे भेट दिले, त्यावर त्याने खूष होऊन मला दहा सोन्याच्या चिपा बक्षीस दिल्या. पण हे तू कोणालाही सांगू नकोस हं.''

''धनी, मग अशा रीतीनं मीसुद्धा श्रीमंत होऊ शकेन?''

''अर्थातच होऊ शकशील.'' सोमेश म्हणाला. पण खरोखरच या राघवनं असं केलं तर मात्र जगातील महामूर्ख लोकांमध्ये याची गणना होईल – असं त्याच्या मनात आलं.

राघवने आपली एकुलती एक झोपडी विकून टाकली आणि त्यातून आलेल्या पैशांमधून एक उत्तम जातीचा कुत्रा विकत घेऊन तो राजाच्या राजवाड्यावर गेला. पण राजाचे पहारेकरी त्याला राजाच्या भेटीला आत सोडेनात. राघव त्यांच्या विनवण्या करू लागला आणि इकडे तो कुत्रा जोरजोरात भुंकू लागला. तो गोंगाट ऐकून राजा बाहेर आला. त्याला राघव आणि त्याचा कुत्रा दिसला. त्याने दोघांनाही आत घेतलं.

राघवने आपल्या येण्यामागचे कारण स्पष्ट करून सांगितले.

राघव किती भोळा आहे आणि सोमेश किती धूर्त आहे हे राजाला कळून चुकलं.

सोमेश हा एक भामटा असून तो अनेकांना लुबाडतो असं राजाच्या अलीकडे बऱ्याच ठिकाणांहून कानावर आलं होतं. पण त्याला पकडण्यासाठी राजाच्या हाती काहीच पुरावा नव्हता. त्याने क्षणभर विचार केला, तो कुत्रा ठेवून घेतला आणि राघवला सोन्याची एक चीप दिली.

राघवला फार आनंद झाला. तो गावात परतला. त्याने ताबडतोब सोमेशचे शंभर रुपये परत केले आणि इतका चांगला सल्ला दिल्याबद्दल त्याचे आभारसुद्धा मानले. त्या सल्ल्यामुळेच तो आता श्रीमंत झाला होता.

सोमेशच्या मात्र आश्चर्याला पारावार राहिला नाही. त्याने चेष्टामस्करी करत जे काही सांगितलं ते राघवच्या बाबतीत खरंच ठरलं होतं. मग आता आपणही आपलं नशीब आजमावावं, असा त्याने विचार केला. त्याने तातडीने आपली सर्व मालमत्ता विकून टाकली. त्यातून आलेल्या रकमेतून त्याने चांगल्या जातीचे शंभर कुत्रे विकत

आणले; आणि त्या मोबदल्यात राजाकडून आपल्याला सोन्याच्या चिपा मिळतील अशा आशेने तो राजवाड्यात जाऊन पोहोचला.

ते शंभर कुत्रे मोठमोठ्यांदा भुंकू लागले. तो कोलाहल ऐकून राजाचे पहारेकरी संतापले. इतक्यात राजा महालाच्या सज्जात आला.

सोमेश पुढे होऊन अदबीने म्हणाला, ''महाराज, आपल्याला उत्तम जातीचे कुत्रे जमवण्याचा छंद आहे, असं मी ऐकलंय. त्यामुळे मी तुमच्यासाठी हे शंभर कुत्रे आणले आहेत.''

राजा हसून म्हणाला, '''होय. मी एखाद्या चांगल्या कुत्र्याच्या शोधातच होतो. पण काय आहे काल मी एक फार चांगला कुत्रा विकत घेतला आहे. त्यामुळे आता मला कुत्र्याची काहीच गरज नाही.''

सोमेश थक्क होऊन नुसता बघत उभा राहिला.

◆

शहाणा राजा

मन्मथपूर नावाच्या नगरात वीरवर नावाचा मुलगा राहत होता. तो अत्यंत बुद्धिमान आणि साहसी होता. देशोदेशी भ्रमंती करायला मिळावी, विविध स्थळांना भेटी देण्याची संधी मिळावी म्हणून त्याने मुद्दामच एका जहाजावर नोकरी पत्करली होती. विविध देशातील विविध प्रकारच्या माणसांना भेटल्यामुळे त्याला खूप काही शिकायला मिळाले होते. असाच एकदा तो जहाजातून सफरीवर निघालेला असताना समुद्रात भलं मोठं वादळ झालं आणि त्यात ते जहाज फुटलं. ते जहाज वाचवण्याचा खरं तर वीरवराने अगदी जिवापाड प्रयत्न करूनही ते वाचू शकलं नाही. वीरवर मात्र बेशुद्ध होऊन खाली कोसळला. तो जेव्हा शुद्धीवर आला तेव्हा तो एका अनोळखी प्रदेशात होता. ते एक बेट होतं. सूर्याचं ऊन डोक्यावर तळपत होतं.

आपला जीव वाचला या कल्पनेनं त्याला हायसं वाटलं आणि तो गावाचा शोध घेत चालत निघाला.

तो गावाच्या मध्यभागी पोहोचला आणि पाहतो तर काय, एक भला मोठा जनसमुदाय त्याच्या स्वागतासाठी जमला होता. एवढ्यात कोणीतरी येऊन त्याच्या गळ्यात फुलांचा हार घातला. हे काय चाललंय, ते काही कळेना त्याला. तिकडून एक हत्ती आला. मग लोकांनी त्याला उचलून हत्तीवरील हौद्यात बसवलं. त्या हौद्यात

एक वृद्ध माणूस बसला होता. त्याच्या डोळ्यांत दुःख स्पष्ट दिसत होतं. तो हत्ती आता एका राजवाड्याकडे निघाला. वीरवरने त्या वृद्धाला विचारले, ''मी या गावात नवीनच आलो आहे. कोणी मला ओळखतही नाही. मग माझं एवढ्या थाटामाटात स्वागत का बरं करण्यात आलं? मी आल्यापासून लोक एवढे जल्लोष का करत आहेत? सर्वत्र एवढं उत्साहाचं वातावरण का पसरलेलं आहे? आपण कुठे निघालो आहोत?''

''हे एक आगळंवेगळं गाव आहे. येथील लोक अत्यंत बुद्धिमान असले तरी ते गमतशीर आहेत. ते सगळे खूप श्रीमंत असूनही या नगरीला राजाच नाही. त्यांना असं वाटतं, की जर आपण आपल्यामधील कोणाला गादीवर बसवलं तर तो राजा भेदभाव करेल. तो राज्यकारभार चांगला करू शकणार नाही. त्यामुळे एखादा अनोळखी माणूस या बेटावर कधी येतो, याची ते वाट पाहतात आणि त्यालाच ते राजा बनवतात. आत्ता आपण राजवाड्यातच निघालो आहोत. तू आता राजा होणार आहेस.''

''पण मग त्या राजाचं नक्की काय होतं? आणि तुम्ही कोण आहात?'' वीरवराने विचारले.

''मी आधीचा राजा. आता मला तुझ्यासोबत केवळ एक दिवस राहता येईल. पण उद्या मात्र माझी रवानगी येथून शेजारच्या एका बेटावर होईल. तेथे मला एकांतवासात ठेवण्यात येईल. ही पद्धत आज कित्येक वर्षांपासून चालू आहे.''

असं म्हणून त्या वृद्धाने जवळच्या एका बेटाकडे बोट दाखवलं. हत्तीवर बसल्यामुळे वीरवरला त्या उंचीवरून ते स्पष्ट दिसू शकलं. त्या बेटावर घनदाट झाडी होती. अरण्यच होतं ते.

तो वृद्ध माणूस दुःखी का दिसतो आहे, ते वीरवरला नीट समजलं.

त्या अरण्यात नक्कीच वन्य पशूंचा संचार असणार. अशा अरण्यात एकांतवासात दिवस कंठायचे म्हणजे ते आयुष्य कशा प्रकारचं असणार, याची त्याला पूर्ण कल्पना आली.

दुसऱ्या दिवशी सकाळी राज्याभिषेकाचा सोहळा संपन्न झाला. पण वीरवर मात्र दुःखी होता. कदाचित काही दिवसांनी अजून एखादा अनोळखी माणूस या बेटावर दाखल होईल आणि मग आपल्यालाही असंच एकांतवासात पाठवण्यात येईल, असा विचार त्याच्या मनात येत होता.

त्यानंतर त्याने वेगळाच विचार सुरू केला. या नगराचा राजा म्हणून तो आता सर्वसत्ताधीश बनला होता. जुन्या राजाला ज्या बेटावर पाठवण्यात आले होते त्या बेटावरील सर्व वृक्ष तोडण्याची त्याने आज्ञा दिली.

त्याने तेथे रस्ते बांधले, काही दुकाने थाटली आणि बाजार भरवण्यास सुरुवात

केली. त्या बेटाचा एक बंदर म्हणून विकास करण्यास त्याने सुरुवात केली. व्यापारात वाढ होऊ लागताच या बेटावरील कितीतरी नागरिक त्या बेटावर स्थलांतरित झाले. सुंदर रस्ते आणि इतर कितीतरी नागरी सुविधा झाल्यामुळे त्या बंदराचा हळूहळू विकास होऊ लागला.

तिथे जशी आणखी नवनवीन दुकाने सुरू झाली तसा दोन्ही बेटांमधील व्यापार वाढू लागला. आता वीरवरला अजिबात चिंता उरली नाही. कोणताही परका अनोळखी माणूस वीरवरच्या नगरीत येऊन दाखल झाला असता तरी वीरवराला काळजीचे कारणच नव्हते.

आपले राजा म्हणून फारच थोडे दिवस उरले आहेत याची त्याला जाणीव होती. त्यामुळे आपल्या प्रजाजनांना सर्वतोपरी मदत करण्याचा तो प्रयत्न करी. लवकरच तो अत्यंत लोकप्रिय प्रशासक बनला. अशी अनेक वर्षे गेली. वीरवर आता वृद्ध झाला होता.

एक दिवस खास लोकांची बैठक भरली. पुढचा राजा कसा असावा याविषयी चर्चा सुरू झाली. पण आपल्याला वीरवरपेक्षा उत्तम राजा कुठे मिळूच शकणार नाही

असं सर्वांच्याच लक्षात आलं. वीरवरला आता दुसऱ्या बेटावर पाठवून देण्याऐवजी त्यानेच अखेरपर्यंत आपला राजा होऊन राहावं, असं त्यांना वाटू लागलं. मग त्यांनी या बाबतीत वीरवराचं मत विचारलं,

त्यानं त्यांना सांगितले, "एखाद्या अनोळखी माणसाला गादीवर बसवणं उत्तम, म्हणजे तो प्रजेशी भेदभाव करत नाही. ही गोष्ट कितीही खरी असली, तरी नेहमीच तसं करणं योग्य ठरेल असं नाही. तो राजा बनल्यावर काही काळानंतर कदाचित भेदभाव करूही शकतो. कदाचित राजा होण्यासाठी आवश्यक असणारे नेतृत्वगुण त्याच्या अंगी नसतील. एखाद्या राज्याचा कारभार चालवण्यासाठी राजाजवळ दूरदृष्टी हवी, साहस आणि धैर्य हवं. ज्या राजाने तुमच्यावर इतकी वर्षं राज्य केलं, प्रजाजनांची सेवा केली त्या राजाला वय झाल्यावर एकांतवासाची शिक्षा देणं हा केवढा मोठा अन्याय आहे. कारण अखेर तेथे त्याचा अंत अतिशय दुःखद रीतीने होणार आहे.''

लोकांना वीरवराचं हे बोलणं पटलं आणि त्यांनी त्याला दोन्ही बेटांचा राजा म्हणून राज्यकारभार सांभाळण्याची विनंती केली.

◆

पहाटेचं दव

रामनाथ हा एका धनाढ्य जमीनदाराचा मुलगा. पण त्याने आपल्या जमिनीची कधी पर्वा केली नाही, की कधी शेतात काम केलं नाही. एकदा त्याला कोणाकडून तरी असं समजलं, की या जगात कुठंतरी एक जादूचं मलम आहे. कोणत्याही धातूवर त्या मलमाचा लेप लावला, की त्या धातूचं सोनं होतं. 'सोनं मिळवण्याचा इतका सोपा उपाय असताना काम करण्याची गरजच काय?' असं रामनाथला वाटे. त्यामुळे तो सतत त्या मलमाच्या शोधात भटकत असे. अनेक लोक त्याच्या या मूर्खपणाचा गैरफायदा घेत आणि त्याच्याकडून पैसे उकळत. तरीही ते मलम काही त्याच्या हाती आलं नाही. या शोधापायी त्याचे अमर्याद पैसे खर्च झाले, तरी अजूनही ते मलम मिळवण्याची आशा त्याच्या मनात होतीच. त्याची पत्नी मधुमती ही मात्र आपल्या पतीच्या या चमत्कारिक स्वभावामुळे अगदी कंटाळून गेली होती.

रामनाथ हा महिपती मुनींचा भक्त होता. एक दिवस महिपती मुनींनी त्याला बोलावून घेतलं आणि म्हणाले, "रामनाथ, मला हिमालयातून आलेला एक साधू भेटला. त्याने मला असं सांगितलं, की हिमालयात एक औषधी मलम आहे. त्याने कोणत्याही धातूचं सोनं होतं. त्याबरोबर मला तुझी आठवण झाली. म्हणूनच मी तुला बोलावून घेतलं. पण ते मिळवण्यासाठी मात्र तुला काबाडकष्ट करावे लागतील."

ते ऐकून रामनाथ हर्षभरित झाला. तो म्हणाला, "महाराज, ते कसं मिळवायचं ते मला सांगा. मी कष्ट करायला तयार आहे."

"ते इतकं काही सोपं नाही. तुला आधी एक केळीचं रोप लावावं लागेल. त्याला रोज पाणी घालायचं, त्याची उत्तम निगा राखायची. तीही स्वत:. ते झाड मोठं होईल. मग हिवाळ्यात त्याच्या पानांवर दव पडेल. ते दवाचे थेंब एका बाटलीत जमा करून ठेवायचे. अशा मोठ्या पाच बाटल्या भरून पाच शेर दव जमा झालं की ते माझ्याकडे घेऊन ये. आपण ते त्या साधूकडे घेऊन जाऊ. मग तो त्याच्या मंत्रसामर्थ्याने त्यापासून जादूचं मलम तयार करेल. त्यात कोणताही धातू तू बुडवलास की त्याचं सोनं होईल."

हे ऐकून रामनाथ दु:खी झाला. तो म्हणाला, "पण महाराज हिवाळा ऋतू वर्षातील फक्त तीन महिनेच असतो. दवाचे थेंब किती छोटे असतात. पाच शेर दव जमा करायला किती वर्षं घालवावी लागतील."

"रामनाथ, असं असेल तर मग तू खूप जास्त झाडं लाव, म्हणजे जास्त दव

जमा करता येईल. तेही कमी काळात. हे बघ, ते जादूचं मलम प्राप्त करण्याचा हा एवढा एकच मार्ग आहे. तू काय तो विचार कर.''

रामनाथने त्यावर बराच विचार केला. काहीतरी करून हे मलम मिळवलंच पाहिजे, असा त्यानं निर्धार केला. नाहीतरी त्याच्याकडे भली मोठी जमीन नुसतीच ओसाड पडून होती. त्यावरच केळीची बाग लावण्याचं त्यानं ठरवलं. त्याची पत्नी मधुमती आणि घरातील नोकर-चाकर त्याच्या मदतीला लागले. दुसऱ्याच दिवशी त्यांनी त्या जमिनीत केळीची रोपं आणून लावली.

रामनाथचं काम म्हणजे झाडांना पाणी घालायचं, त्यांची नीट मशागत करायची आणि सकाळी दव पडण्याची वाट बघायची. त्याने इतर कोणत्याही गोष्टीत लक्ष घालणं आता सोडून दिलं होतं. केवळ दहाच महिन्यात त्या जमिनीवर एक सुंदर केळ्यांची बाग तयार झाली. तयार झालेलं पीक उतरवणं, बाजारात विक्रीला पाठवणं इत्यादी गोष्टी मधुमती जातीनं बघत असे. रामनाथाने आता नवीनवी रोपटी आणून अधिक मोठ्या प्रमाणावर लागवड करण्यास सुरुवात केली. म्हणजे दव लवकर जमा होईल असा त्याचा त्यामागचा उद्देश होता. मधुमतीचं संपूर्ण सहकार्य त्याला होतंच. हे असंच चालू होतं. पाच वर्षांनंतर अखेर एकदाचा तो दिवस उजाडला.

त्या दिवशी रामनाथने पाच शेर दव बाटल्यांमध्ये जमा केलं आणि ते त्या

हिमालयातून आलेल्या साधूकडे घेऊन गेला. साधूने हसून डोळे मिटले आणि काहीतरी मंत्र पुटपुटल्यासारखे दाखवले. त्यानंतर डोळे उघडून ते पाणी रामनाथला परत दिले. आता रामनाथने एक तांब्याचं भांडं घेऊन ते त्या पाण्यात बुडवलं. पण काहीच झालं नाही. मग त्याने आणखी थोडं पाणी त्या भांड्यावर ओतलं. तरीही काही फरक नाही. रामनाथ मनातून अस्वस्थ झाला.

"महाराज, ही शुद्ध फसवणूक आहे. मी माझ्या आयुष्यातील पाच वर्षं फुकट घालवली."

त्यावर रामनाथच्या सोबत आलेले महिपती केवळ हसले. ते काहीच बोलले नाहीत. दोघे घरी परतले. महिपती मुनींनी मधुमतीला हाक मारून बाहेर बोलावले. ती हातात एक भलीमोठी पेटी घेऊन आली. तिने रामनाथच्या हाती ती पेटी देऊन उघडण्यास सांगितले. रामनाथने ती पेटी उघडली. आत सूर्यप्रकाशात चमचमणारे सोन्याचे रूळ ठेवलेले होते.

महिपती आता रामनाथला म्हणाले, "अरे, जगात मुळी असं जादूचं कोणतंही द्रव्य नसतं. कोणत्याही मार्गाने एखाद्या धातूचं असं आपोआप सोन्यात रूपांतर होऊ शकत नाही. गेली पाच वर्षे तू अपार मेहनत केली आहेस. तुझ्या फळबागेतून आलेल्या पिकाची व्यवस्था पाहणे, ते बाजारात विक्रीसाठी पाठवणं इत्यादी कामं तुझ्या पत्नीने जातीने लक्ष घालून सांभाळली आहेत. तुमच्या बागेतली केळी विकून

तिने अमाप पैसा मिळवला. त्या पैशातूनच तिने हे सोनं खरेदी केलं. मला फक्त एवढंच तुला सांगायचंय, की रोपं लावून त्यांची निगराणी राखण्याचं काम तू केलंस. तर तुझ्या व्यवसायाची आर्थिक बाजू तिने सांभाळली. हे तुम्हा उभयतांच्या कष्टाचं फळ आहे. पण हे जर मी तुला सुरुवातीलाच सांगितलं असतं, तर तू माझ्याकडे लक्ष दिलं नसतंस. म्हणूनच मला ही युक्ती वापरावी लागली.''

'कष्टाचं फळ नेहमीच गोड असतं' या उक्तीचं खरंखुरं मर्म रामनाथला आता उमगलं. त्यानंतर त्याने कष्ट करणं कधीच सोडलं नाही.

◆

दोन चोर
(चिनी लोककथेवर आधारित)

देवप्रसन्न राजाचा प्रधान सारंग अत्यंत चतुर आणि बुद्धिमान होता. राजाचा राज्यकारभार अत्यंत उत्तम रीतीने आणि सुरळीत चालवण्यात त्याचा फार मोलाचा वाटा होता, हे सर्वजण जाणून होते. त्यामुळे आजूबाजूच्या अनेक राज्याच्या राजांना त्याचा दुस्वास वाटत असे.

सारंगला साहित्य, कला याची खूप आवड होती. त्याच्या घरी त्याने अनेक कलावंतांना आश्रय दिला होता.

एक दिवस दोन अनोळखी माणसे सारंगकडे आश्रय मागायला आली. ''महाराज, तुम्ही रसिक आहात, साहित्य व कलेचे भोक्ते आहात आणि फार कनवाळू मनाचे आहात असं आम्ही ऐकलंय. आम्ही तुमचा पत्ता शोधत खूप दूरवरून आलो आहोत.''

''ठीक आहे. पण तुमच्या अंगी कोणत्या कला आहेत?''

''धनी, मला अगदी हुबेहूब कुत्र्यासारखं भुंकता येतं. इतकं, की कुत्र्यांनासुद्धा फरक कळणार नाही.'' त्यातील पहिला म्हणाला.

"धनी मला कोंबड्याचा आरवण्याचा आवाज अगदी हुबेहूब काढता येतो." दुसरा म्हणाला.

"मग तुमच्या अंगच्या या कौशल्याचा वापर करून तुम्ही आजवर काय केलंत?" सारंगाने विचारले.

त्यावर दोघे एकदम म्हणाले, "महाराज, तुमच्यासमोर आम्ही खरं काय ते सांगतो. आम्ही चोर होतो. आमच्या अंगच्या या कलेचा वापर करून आम्ही लोकांना फसवत होतो आणि मध्यरात्री त्यांच्या घरात शिरून चोरी करत होतो. पण ते चुकीचं आहे, हे आम्हाला कळून चुकलं आणि पश्चात्तापदग्ध होऊन आम्ही तुमच्याकडे आलो आहोत. आम्हाला आमची आयुष्यं सुधारायची आहेत."

ते बोलणं ऐकताच सारंगच्या घरात आश्रयाला येऊन राहिलेल्या इतर कलावंतांनी विरोध करायला सुरुवात केली. "आम्हाला या घरात चोरट्यांच्या सहवासात राहण्याची मुळीच इच्छा नाही!" पण सारंग म्हणाला, "एखाद्या व्यक्तीला जर आपल्या कृत्याचा पश्चात्ताप झाला असेल, तर त्या व्यक्तीला सुधारण्याची संधी आपण दिली पाहिजे." हे ऐकल्यावर नाइलाजाने घरातील सर्वांना मान्य करावं लागलं. अखेर हे दोघे चोर घरी राहायला आले.

शेजारच्या राज्याचा राजा हिमाबिंदू अत्यंत दुष्ट, धूर्त आणि हुशार असा राजकारणी होता. देवप्रसन्नच्या राज्यावर स्वारी करण्याचे मनसुबे तो गेली कित्येक वर्षे रचत होता, पण त्यात त्याला कधीच यश आलेले नव्हते. प्रत्येक वेळी अखेरच्या क्षणी सारंग त्याचे बेत उधळून लावत असे. हा सारंग जर नसता तर आपण नक्कीच देवप्रसन्नला आपलं मांडलिक बनवू शकलो असतो, असं त्याला मनातून वाटत असे.

त्याने एक बेत आखला. त्यानुसार त्याने देवप्रसन्नला एक पत्र पाठवलं, "तुमचा प्रधान सारंग हा अत्यंत बुद्धिमान व चतुर असल्यामुळे आम्ही त्याचा गौरव करू इच्छितो. आमच्या प्रधानाने त्याच्याकडून चार गोष्टी शिकाव्या अशी आमची इच्छा आहे. त्यामुळे कृपा करून आपण सारंगला चार दिवस आमच्या राज्यात राहण्यासाठी पाठवावे, ही नम्र विनंती."

यात नक्कीच काहीतरी काळंबेरं आहे, अशी सारंगला शंका आल्याने त्याने जाण्यास नकार दिला. पण राजा देवप्रसन्न म्हणाला, "आपल्या शेजारच्या राजाला अशाप्रकारे दुखावणं काही बरोबर नाही. सदासर्वकाळ समोरच्या व्यक्तीच्या मनात काळंबेरं असेलच, असं नाही. तुला जर तेथे जाणं धोक्याचं वाटत असेल, तर तू तुझ्या मित्रांना सोबत घेऊन जा. पण तुला तिकडे गेलंच पाहिजे. ही माझी आज्ञा आहे." अखेर सारंग मोठ्या नाइलाजाने आपल्या घरच्या कलावंत मंडळींना सोबत घेऊन जायला निघाला.

त्या सर्व मंडळींचं दोन चोरांविषयी अत्यंत वाईट मत होतं, परंतु तेही या यात्रेत सामील झाले.

राजा हिमाबिंदूने सारंगचं मोठ्या जल्लोषात स्वागत केलं. सारंगनेही आपल्याबरोबर एक भरजरी शाल आणली होती. ती त्याने हिमाबिंदूला नजराणा म्हणून दिली. काही वेळानंतर हिमाबिंदू सारंगला म्हणाला, "सारंग, देवप्रसन्नाच्या राज्यामागची खरी प्रेरणा तूच आहेस, हे मी जाणतो. तू दीर्घकाळ देवप्रसन्नाची सेवा केलेली आहेस. पण आता तुलाही बदलाची गरज आहे. मी तुला त्याच्यापेक्षा अधिक मानाची जागा देईन. तुझा जास्त आदर करीन. तू माझ्याकडे येशील?"

"महाराज, मी आमच्या देवप्रसन्न महाराजांचा एकनिष्ठ सेवक आहे. आमच्या घराण्याचे आणि राजघराण्याचे फार जुने संबंध आहेत." असं म्हणून सारंगने हिमाबिंदूच्या प्रस्तावाला नम्रपणे पण ठामपणे नकार दिला. त्याचं मन वळवणं हिमाबिंदूला शक्य झालं नाही. तो अत्यंत क्रोधित झाला आणि त्याने आपल्या शिपायांकरवी सारंगाला कोठडीत टाकलं.

सारंगच्या कलावंत मित्रांना धक्का बसला. त्याला सोडवण्यासाठी काय करता येईल, याबद्दल चर्चा करायला त्यांनी एक बैठक घेतली.

त्यांच्यातील एकजण म्हणाला, "माझ्या हाती थोडीफार माहिती आली अहे, त्यानुसार राणी सन्मोहिनी ही हिमाबिंदू राजाची पट्टराणी आहे. ती सर्व राण्यांमध्ये वयानं सर्वांत लहान असून अत्यंत लावण्यवती आहे. ती हिमाबिंदू राजाची फार लाडकी आहे. ती जे काही म्हणेल ते तो मान्य करतो."

त्यावर दुसरा म्हणाला, "मी असं ऐकलं, की त्या राणीला शाली फार आवडतात. तिच्यासाठी हिमाबिंदू राजा देशोदेशी जाऊन शाली खरेदी करत असतो. किमतीचा जरासुद्धा विचार न करता. केवळ तिला प्रसन्न करण्यासाठी."

"अरेरे! पण आता आपण काय करू शकणार? नेमकी आज सकाळीच आपण एक भरजरी शाल हिमाबिंदूला नजराणा म्हणून दिली. आपल्याकडे तशी अजून एखादी शाल असती, तर किती बरं झालं असतं. ती आपण राणीला नेऊन दिली असती आणि आपल्या धन्याची सुटका करून आणली असती."

"आपण दिलेली शाल तर त्या हिमाबिंदू राजाच्या खास महालात आहे," आणखी एक जण म्हणाला.

त्या सर्वांची अशी ही जोरजोरात चर्चा चालू असताना कोणाच्याही नकळत ते दोघे चोर उठून हळूच बाहेर पडले.

एव्हाना रात्र झाली होती. त्या दोघांपैकी एकाला कुत्र्यासारखे भुंकता येत असे तो गुपचूप राजाच्या महालापाशी गेला व भुंकण्याचा आवाज काढू लागला.

राजाचा पहारेकरी धावतच कुत्र्याला हाकलण्यासाठी आला. पण कुत्रा तर

सापडेना. तो शोधू लागला. ती संधी साधून दुसरा चोर महालात शिरला आणि त्याने तेथील शाल पळवली व तो बाहेर आला. त्याने आता बैठकीच्या जागी परत येऊन तेथील एका कलावंताच्या हातात ती शाल सुपूर्द केली आणि म्हणाला, ''तुम्ही सकाळी राजाला नजराणा म्हणून जी शाल दिली होती ती मी महालातून पळवून आणली आहे. आता तुमच्या अंगचं कौशल्य वापरून आपल्या धन्याची सुटका करा.'' त्यानंतर त्या कलावंतांपैकी एका विद्वानाने ती शाल स्वत:कडे घेतली आणि ती राणी सन्मोहिनीला नजराणा म्हणून दिली. ती शाल पाहताच तिचा आनंद गगनात मावेना.

''मी इतकी सुंदर शाल आजवर कधीच पाहिलेली नाही. याचं मूल्य काय?''

''महाराणी, आम्हाला शालीचा मोबदला पैशात नको. परंतु सारंगची मुक्तता करण्यासाठी तुम्ही कृपया तुमच्या महाराजांचं मन वळवलंत तर बरं होईल. तो आमच्या राज्याचा प्रधान आहे. तो खरोखर निर्दोष आहे. तुमच्या महाराजांचा काहीतरी गैरसमज झालेला आहे.''

राणीने ते मान्य केलं.

त्या रात्री राजा आपल्या पट्टराणीच्या महालात भोजनासाठी आला. तिने अत्यंत प्रेमाने त्याला जेवायला वाढले. राजा प्रसन्न झाला.

''सन्मोहिनी, भोजन तर फार रोचक होतं. बोल, तुला काय हवं?'' त्याने विचारले.

''महाराज, कृपा करून सारंगची लगेच सुटका करा. तो निर्दोष आहे. उगाच आपल्या शेजारील राज्याशी शत्रुत्व का म्हणून पत्करायचं?'' महाराणी लाडीगोडी लावत म्हणाली.

राजा हिमाबिंदू जरा विचारात पडला, पण नंतर त्याने ताबडतोब सारंगच्या सुटकेचा हुकूम दिला.

सारंगची सुटका झाल्याबद्दल त्याच्या कलावंत मित्रांच्या आनंदाला तर पारावारच उरला नाही. पण तो मात्र चिंतित होता. "आपण ती शाल खुद्द राजाच्याच महालातून चोरून त्याच्या राणीला भेट म्हणून दिली, हे जर त्याला समजलं तर मग आपली खैर नाही. मग तर तो आपल्याला सुळावरच चढवेल. आता आपण लवकरात लवकर येथून पलायन केलं पाहिजे."

त्यानंतर सर्वजण बाहेर आले. आपापल्या घोड्यावर स्वार झाले आणि किल्ल्याच्या मुख्य प्रवेशद्वारापाशी आले. पण बघतात तर काय? किल्ल्याचे दरवाजे बंद होते.

त्यांनी रखवालदारांना दरवाजे उघडण्याची विनंती केली. त्यावर रखवालदार म्हणाला, "किल्ल्याचे दरवाजे पहाटे उघडतील. तसा इथला कडक नियम आहे."

ते सर्वजण हताश होऊन मटकन खाली बसले.

इकडे कोंबड्याचा आवाज काढू शकणारा चोर मात्र गुपचूप जवळच्या झाडावर चढला आणि त्याने कोंबड्याप्रमाणे आरवण्यास सुरुवात केली. ते ऐकून रखवालदार चमकले. त्यांना वाटलं, पहाट झाली. त्यांनी घाईने किल्ल्याचे दरवाजे उघडले.

अशा रीतीने सारंग व त्याच्या मित्रांची सुटका झाली.

दुसऱ्या दिवशी सकाळी राणीने आपल्याजवळची शाल राजा हिमाबिंदूला दाखवली. "महाराज, आजवर इतकी सुंदर शाल तुम्ही मला कधीच दिलेली नाही. आहे ना ही खरोखरच सुंदर?"

हीच शाल आदले दिवशी सारंगने आपल्याला भेट म्हणून दिली होती हे हिमाबिंदूला कळले. त्याने खात्री करून घेण्यासाठी आपल्या महालात जाऊन पाहिले. शाल तेथे नव्हती. हीच ती शाल, हे त्याला कळून चुकले.

त्याने क्रोधित होऊन सारंगला आणि त्याच्या मित्रांना आपल्यासमोर हजर करण्यासाठी आज्ञा केली. ते सर्वजण पळून गेल्याचं त्याच्या थोड्याच वेळात लक्षात आलं. सारंगने आपल्या महालातून शाल कशी चोरली, ती आपल्या राणीला भेट म्हणून कधी दिली आणि मध्यरात्री आपल्या पहारेकऱ्यांची नजर चुकवून कसा काय पळ काढला, ते त्याला समजेना. याचा अर्थ एकच होता. त्याला कोणातरी बुद्धिमान अनुयायांची साथ होती. त्याला एक कळून चुकलं – सारंगाची निष्ठा नेहमीच देवप्रसन्न राजाशी असणार. त्यामुळे त्याला जबरदस्तीने पकडून आणूनही काहीही साध्य होणार नाही. त्यापेक्षा आपण स्वतः बुद्धिमान लोकांशी मैत्री ठेवली पाहिजे, त्यातच आपले भले आहे असे त्याने ठरवले.

◆

धोब्याचं गाढव

केशव हा व्यवसायाने धोबी होता. तो अगदी एकलकोंड्या स्वभावाचा होता. त्याच्यासोबत नेहमी फक्त त्याचं गाढव तेवढं असे. या गाढवावर केशवचं निरतिशय प्रेम होतं, इतकं की ते त्याच्या जीवनाचं एक अविभाज्य अंग बनलं होतं. कधी कधी तर केशव आपल्या गाढवाशी तासन्तास गुजगोष्टी करत बसे – जणू काही माणूसच असल्यासारखा!

एक दिवस दोघेही दिवसभराच्या परिश्रमांनी थकून भागून घरी परतत होते. केशव तर इतका दमला की वाटेत एका शाळेपाशी एका दगडी बाकावर तो विश्रांतीसाठी बसला. त्याने आपल्या गाढवाला जवळच बांधून ठेवलं.

शाळेच्या वर्गातील मुले फार दंगा करत होती. शिक्षक त्यांना मोठमोठ्यांदा रागवत होते, "सगळेच्या सगळे निव्वळ गाढव आहात! तुम्हाला माणूस बनवण्याचा मी इथे प्रयत्न करतोय, पण तुम्ही कुणी माझं ऐकायलाच तयार नाही!"

केशवने ते ऐकलं. त्या दिवसापासून त्याची तर झोपच उडाली. तो मनाशी विचार करू लागला, "अरे, या माणसाला गाढवाचा माणूस करण्याची विद्या अवगत आहे. माझं गाढव तर इतकं चांगलं आहे. खरंच जर त्याचा माणूस झाला, तर मला जिवलग मित्रच मिळेल की!"

या विचारांनी हर्षभरित होऊन केशव त्या शाळेत शिक्षकांना भेटायला गेला.

एव्हाना शाळा सुटली होती. शेवटची घंटा केव्हाच होऊन गेली होती आणि सगळी मुलं घरी गेली होती. ते शिक्षकही घरी जाण्याच्या तयारीत होते.

केशव त्यांच्यापाशी गेला आणि म्हणाला, "कृपा करून माझ्या गाढवाचा माणूस बनवा. तुम्हाला पाहिजे तेवढे पैसे देईन मी. अगदी जन्मभर ऋणी राहीन मी तुमचा!"

केशव किती भोळा भाबडा आहे हे त्या शिक्षकांच्या ताबडतोब लक्षात आलं. याचा गैरफायदा घ्यावा असं त्यांच्या मनात आलं. ते म्हणाले, "असं कर, मला हजार रुपये दे. सहा महिन्यांच्या आत मी तुझ्या गाढवाचा माणूस करतो."

केशवने आपल्या जवळची सगळी पुंजी शिक्षकांच्या हवाली केली. अखेर आपल्याला मित्र मिळणार, या आशेनं!

सहा महिने लोटले. आपल्या नव्या मित्राला आता घरी घेऊन यावं म्हणून तो त्या शिक्षकांच्या घरी गेला. पण सहा महिन्यात शिक्षकांना त्या गाढवाचा खूपच उपयोग झाला होता. त्यांना त्याची सवय झाली होती. ते केशवला परत देण्याचा त्यांचा काही इरादा नव्हता.

मग त्यांनी सरळ असत्याचा आधार घेतला. ते केशवला म्हणाले, "केशव, मी तुझ्या गाढवाला इतकं उत्तम प्रशिक्षण देऊन तयार केलं. त्याचा माणूस बनला. पण तो फारच हुशार, चाणाक्ष आणि धूर्त निघाला. तो इथून पळून गेला. आता तो शेजारच्या गावचा मुखिया बनला आहे."

हे ऐकताच काहीही विचार न करताच केशव तडक शेजारच्या गावाला निघाला. त्या गावात पोहोचल्यावर त्याला दिसले, गावच्या वडाच्या झाडाखाली मुखियाने बैठक भरवली होती.

केशव तिथे गेला आणि त्याचा हात पकडून म्हणाले, "हे बघ, तू असा मला सोडून जाऊ शकत नाहीस. आता तू खूप मोठा मुखिया वगैरे झाला असशीलही. पण मी तुझा मालक आहे, हे विसरू नकोस. चल, घरी जाऊ."

तिथे बैठकीसाठी जमलेल्या गावकऱ्यांना केशवचं हे वागणं फारच विचित्र वाटलं. मुखिया अगदी सज्जन माणूस होता, इथे नक्की काहीतरी समजुतीचा घोटाळा झालेला दिसतोय, हे त्याच्या लगेच लक्षात आलं.

तो म्हणाला, "हे पाहा, तुम्हाला वाटतो तो मी नव्हे. तुम्ही असं करा, गावाबाहेर जा. तिथे भगव्या कफनीतील साधू एका गुहेत ध्यान लावून बसलेले तुम्हाला दिसतील. तेच तुम्हाला सगळं नीट समजावून सांगतील."

केशव धावतच गावाबाहेरील त्या गुहेकडे गेला. तेथे साधूमहाराज ध्यान करत बसले होते.

केशवने रागाने त्यांचा हात घट्ट पकडला आणि म्हणाला, "हे बघ, उगीच साधू

वगैरे झाल्याचं नाटक करू नकोस. अरे, शेवटी तू माझं गाढव आहेस. चल, घरी जाऊया.''

साधू महाराजांनी शांतपणे केशवची सगळी कहाणी हळूहळू त्याच्याकडून काढून घेतली व ते म्हणाले, ''केशव, तुला काही गोष्टी मुळातच समजलेल्या नाहीत. एखादा माणूस जेव्हा शौर्य गाजवतो, तेव्हा आपण म्हणतो – 'सिंहासारखा शूर' पण त्याचा अर्थ तो माणूस खरोखरचा सिंह असतो, असं नाही. एखादा माणूस मद्दड असेल, तर त्याला 'तू गाढवासारखा निर्बुद्ध आहेस' असं म्हणणं खरंतर योग्य नव्हे. ही उपमा चुकीची आहे. लोकांनी गाढवाला उगीचच मूर्ख ठरवलं आहे. गाढव काही खरोखरीचे मूर्ख नसते. पण त्या शिक्षकांनी रागाच्या भरात त्यांच्या विद्यार्थ्यांना उद्देशून तो शब्द वापरला. तूच स्वत:चा गैरसमज करून घेतलास. तुझं गाढव अजूनही त्या शिक्षकांच्या घरीच असेल. केशवा, एक काम कर. परत गेलास की त्या शिक्षकांशी भांडू नको. त्याऐवजी त्यांना गुरू मान व त्यांच्याकडून विद्या शिकून घे. मग तुला हे सर्वकाही कळेल.''

त्यानंतर केशव त्या शिक्षकांकडे गेला आणि त्याने त्यांच्यापाशी धडे गिरवण्यास सुरुवात केली.

✦

मूर्ख पंडित

गोपाल हा चांगल्या स्वभावाचा होता, पण तो जरा मंदबुद्धी होता. त्याचे वडील चांगले विद्वान होते. ते नेहमी म्हणत, "गोपाल, जर तू पुष्कळ शिकला नाहीस, तर तुझं जीवन विहिरीत आयुष्य कंठणाऱ्या बेडकासारखं होईल. जीवन फार कठीण असतं, बाबा!"

गोपाल मोठा झाला. यथावकाश त्याचं लग्नसुद्धा झालं. पण त्याने फारसं शिक्षण घेतलेलं नसल्यामुळे त्याला चांगली नोकरी नव्हती. त्याच्या कुटुंबाला दारिद्र्यात दिवस कंठावे लागत होते. त्याची पत्नी त्या गरिबीला कंटाळून गेली होती. एक दिवस ती म्हणाली, "आपल्या नगराचा राजा चंद्रगड याला साहित्यामध्ये खूप रस असल्याचं मी ऐकलंय. तुम्ही त्या राजावर एखादं स्तुतीपर कवन लिहा आणि त्याच्यासमोर ते गाऊन दाखवा. कदाचित तो खूष होऊन तुम्हाला बक्षिसी देईल. तुम्हाला काही मी राजदरबारातला विद्वान पंडित व्हायला सांगत नाहीये."

तिने खूप आग्रह केल्यावर नाइलाजाने गोपाल घरातून बाहेर पडून राजाकडे जायला निघाला.

वाटेत त्याला एक तळं लागलं. तिथे थांबून त्याने त्या तळ्यात स्नान केलं. त्यानंतर त्याने बाजूच्या एका वृक्षाचं पसरट असं पान घेतलं, आणि त्यावर राजाबद्दल कविता लिहायचं ठरवलं. पण लिहिणार काय? तो समोर बघत नुसता विचार करू

लागला. समोरच एक डुक्कर चिखलात लोळत होतं. ते खूप आनंदात होतं. चिखलात मनसोक्त खेळून झाल्यावर ते आपले अंग जोरजोरात झाडाच्या बुंध्यावर घासू लागले. गोपाल मूळचा मनाने फारच चांगला होता. त्याला वाटलं, हे डुक्कर जर असंच बराच वेळ अंग घासत बसलं तर त्याच्या त्वचेला नक्की इजा होईल. मग तो स्वत:शीच म्हणाला, "पुन्हापुन्हा घासू नको, ते तुझ्यासाठी बरं नाही. त्याने तुझ्या जिवाला धोका आहे." मग तीच ओळ त्याने हातातील पानावर लिहिली.

रात्रीच्या वेळी तो राजधानीत जाऊन पोहोचला. पण रात्र झाल्यामुळे राजवाड्याचे दरवाजे बंद झाले होते. राजाचे शिपाई गोपालला आत सोडेनात. गोपाल त्यांची विनवणी करत राहिला. तो पुन्हा पुन्हा म्हणत राहिला, "मी महाराजांना दाखवायला एक महत्त्वाचा लेख आणलाय. मला तो त्यांच्यापुढे सादर करायचाय."

शिपाई म्हणाले, "मग तो लेख लिहिलेले पान तू आम्हाला दे. आम्ही ते महाराजांकडे पोहोचवू. त्यांना जर तुझा लेख आवडला तर ते उद्या नक्की तुला बोलावणं पाठवतील."

मग गोपालनं ते पान एका शिपायाकडे दिलं आणि तो जवळच्या एका धर्मशाळेत जाऊन राहिला. तो शिपाई राजाच्या महालात गेला आणि राजा झोपेतून उठल्यावर त्याच्या सहज दृष्टीस पडेल अशा रीतीने त्याने ते पान मंचकाशेजारी ठेवलं.

दुसऱ्या दिवशी सकाळीच राजाचा न्हावी त्याचे केस कापण्यासाठी आला. तो आपल्या वस्तऱ्याला धारेच्या दगडावर धार करू लागला. राजा केस कापून घेण्यासाठी बसलेला होता. एवढ्यात त्याचे लक्ष समोरच्या पानाकडे गेले. त्यावरील पंक्ती त्याने मोठ्यांदा वाचल्या :

"पुन्हा पुन्हा घासू नको
ते तुझ्यासाठी बरं नाही
त्याने तुझ्या जिवाला धोका आहे"

राजा कुठल्यातरी पानावर कोणीतरी लिहिलेल्या पंक्ती वाचतोय, हे काही त्या न्हाव्याच्या लक्षात आलं नाही. राजाच्या तोंडचे ते शब्द ऐकताच तो भीतीने थरथर कापू लागला.

राजाच्या दरबारात त्याच्या मंत्रीमंडळांपैकी एक मंत्री दुष्ट होता. त्याला स्वत:ला राजा होण्याची इच्छा होती. पण त्याला राजाचा काटा काढणं काही जमत नव्हतं. राजा जेव्हा स्वत:च्या महालात केस कापून घेत असतो, तेव्हाच फक्त त्याचे अंगरक्षक त्याच्याजवळ नसतात, ही गोष्ट त्याने ऐकली. मग त्याने राजाच्या हत्येचा कट रचून राजाच्या न्हाव्याला त्या कटात सामील करून घेतलं. तो न्हाव्याला बोलावून म्हणाला, "तू जर राजाला मारलंस, तर तुला त्याचं बक्षीस मिळेल.

अन्यथा तुझा शिरच्छेद केला जाईल.''

त्यावर त्या न्हाव्याचा नाइलाज झाला व तो हे कृत्य करण्यास तयार झाला.

पण आता त्याने जेव्हा राजाच्या तोंडचे शब्द ऐकले, तेव्हा मात्र राजाला हे गुपित कळले आहे अशी त्याची खात्रीच पटली.

त्याने ताबडतोब हातातला वस्तरा दूर फेकला आणि राजाच्या पायावर डोकं ठेवून आपल्या जिवाची भीक मागू लागला, गयावया करू लागला.

न्हाव्याकडून राजाने आपल्या हत्येच्या कटामागची सर्व हकिकत जाणून घेतली आणि तात्काळ त्या मंत्र्याला अटक करून कोठडीत टाकले. पानावर लिहिलेल्या भविष्यवाणीमुळेच आज आपले प्राण वाचले, असे त्याला वाटले. त्याने गोपालचा शोध घेतला, त्याला आपल्या राजवाड्यात बोलावून घेऊन त्याचा यथोचित आदरसत्कार केला.

गोपालने आपल्यासोबत काही दिवस राजवाड्यात राहावे, अशी राजाने विनंती केली. गोपालने ती अत्यानंदाने मान्य केली.

दुर्दैवाने त्याच काळात राणीच्या महालात चोरी झाली. राणीचा हिऱ्यांचा हार तिच्या महालातून चोरीला गेला.

राजाने गोपालला बोलावून घेतले. तो गोपालला म्हणाला, ''तुम्ही फार मोठे भविष्यवेत्ते आहात. भूत आणि भविष्य तुम्ही जाणता. राणीचा हार शोधायला तुम्ही मदत कराल का? तो हार माझ्या राणीला अत्यंत प्रिय होता.''

गोपालची भीतीने पाचावर धारण बसली. पण तो उसनं अवसान आणून म्हणाला, ''महाराज, मला परमेश्वराशी एकांतात हितगुज करायचं आहे. मगच मी तुम्हाला काहीतरी सांगू शकेन.''

राजाने ते मान्य केलं आणि त्याला एका खोलीत एकटं सोडलं.

खोलीत बंद दाराआड गोपाल रडत भेकत आपल्या पत्नीला दूषणं देत बसला. तो म्हणू लागला, ''अगं बाई, तुझी ही लालसाच एक दिवस तुझा जीव घेईल. तुझ्या या असल्या वागण्याने तुझ्या पतीवर संकट ओढवेल आणि जर का राजाला कळलं ना, तर मग तुझ्यावर विधवा होण्याची पाळी येईल. तो एकदा कसाबसा सुटला, पण प्रत्येक वेळी काही सुटणार नाही.''

राणीच्या दासीने राणीच्या महालातून एकदा एक छोटीशी वस्तू चोरली होती. आपल्या नवऱ्याच्या मदतीने तिने ती विकली होती. पण तिची ही चोरी अजिबात उघडकीला न आल्यामुळे तिची धिटाई वाढून तिने राणीचा हिऱ्यांचा हार चोरून आपल्या नवऱ्याकडे दिला होता. तो नवरा तो हार विकण्याच्या प्रयत्नात होता.

एक फार मोठा गोपाल नामक भविष्यवेत्ता राजवाड्यात आला असून तो एका

बंद खोलीत परमेश्वराशी वार्तालाप करत आहे व तो लवकरच हार चोरणाऱ्या चोराचे नाव राजाला सांगणार आहे, ही गोष्ट राजवाड्यातील प्रत्येक दासदासींच्या कानावर गेलेली होती. त्यामुळे ही दासी मनातून घाबरली होती. गोपालचं देवाबरोबर काय बोलणं चाललंय, तो चोर म्हणून कुणाचं नाव घेतोय, हे ऐकण्यासाठी ती बंद दाराजवळ कानोसा घेत थांबली होती.

गोपालचं बोलणं ऐकताच ती घाबरली. आपणच हार चोरल्याचं याला कळलंय, अशी तिची खात्रीच पटली. तिने खोलीत जाऊन त्याचे पाय धरले आणि ती रडू

लागली. ''महाराज, मी चूक केली आहे. मी कबूल करते. तुमच्यापुढे पदर पसरते. माझं नाव तुम्ही सांगू नका. आमचा शिरच्छेद होईल. मी माझ्या नवऱ्याला तो हिऱ्यांचा हार एका झाडाच्या उंच फांदीवर टांगून ठेवायला सांगते. पण आम्हाला यातून कृपा करून सोडवा.''

दुसऱ्या दिवशी गोपालने तो हिऱ्यांचा हार नक्की कुठे सापडेल ती जागा बिनचूक सांगितली. तो हार खरंच तिथे होता. आता तर राजा अधिकच प्रसन्न झाला. त्याने गोपालवर देणग्यांचा वर्षाव केला. आता मात्र या राजवाड्यात अधिक काळ राहण्यात धोका आहे असा विचार करून गोपालने ताबडतोब घरी जायचं ठरवलं.

इतक्यात शेजारच्या राज्याच्या राजाने चंद्रगडराजाकडे एक लहानशी बंद पेटी पाठवली. त्यासोबत एक पत्र होते. त्यात लिहिले होते : ''या बंद पेटीत काय आहे,

हे आपण कृपया ओळखून दाखवावे. आपल्या राज्यातली बुद्धिमंतांची ही परीक्षाच आहे, असे समजावे.''

पत्र मोठ्यांदा वाचून राजाने लगेच गोपालकडे पाहिले. गोपालला अर्थातच पेटीत काय असावे, याची सुतराम कल्पना नव्हती.

त्याला त्या क्षणी आपल्या वडिलांची, त्यांच्या उपदेशाची तीव्रतेने आठवण झाली. तो स्वत:लाच दूषणं देत म्हणाला, ''अरे बेडका, तुझं आयुष्य आता खरोखरच फारच कठीण होत चाललं आहे.''

ती बंद पेटी आणि ते पत्र घेऊन येणारा दूत हे शब्द ऐकून आश्चर्याने थक्क झाला. त्याने पुढे होऊन गोपालचं अभिनंदन केलं. तो म्हणाला, ''मी आजवर तुमच्याइतका महान भविष्यवेत्ता कुठेच पाहिला नव्हता. तुमची वाणी नेहमीच खरी ठरते.''

असं म्हणून त्याने ती पेटी उघडली व त्यातून एक बेडूक उडी मारून बाहेर आला.

गोपालने वर्तवलेली तीनही भविष्यं खरी ठरली होती. राजा अत्यंत भारावून गेला. तो म्हणाला, ''तुम्ही खरंच फार महान आहात. तुम्ही आता कायमचं माझ्या दरबारात राहा आणि मला माझ्या कामात मदत करा.''

परंतु गोपालने विनम्रपणे नकार दिला. तो म्हणाला, ''महाराज, मला माफ करा. खुद्द परमेश्वरानेच मला असं सांगितलंय, की मी आयुष्यात केवळ तीन वेळा भविष्य वर्तवू शकेन आणि ते खरं होईल. आता ते सांगून झाले आहे. आता तुम्ही मला इथून जाऊ द्यावे.''

गोपाल राजाने दिलेलं भलेमोठं बक्षीस घेऊन घरी परतला.

◆

भामटे

भास्कर हा चित्रपुरा नगरातील एक धनाढ्य व्यापारी होता. भरपूर प्रवास केल्यामुळे तो व्यवहारज्ञानी झाला होता. एकदा तो खूप आजारी पडला. आता आपण काही जास्त काळ जगणार नाही, असं त्याला सारखं मनातून वाटू लागलं.

मग त्याने आपला मुलगा नकुल याला बोलावून घेतलं आणि त्याला उपदेश केला, ''मुला, माझ्यानंतर माझा व्यवसाय तूच सांभाळणार आहेस. आपल्या कामाचं स्वरूप असं आहे, की आपल्याला खूप प्रवास करावा लागतो. विविध प्रकारच्या लोकांना भेटावं लागतं. पण मी तुला चार अनुभवाचे बोल सांगणार आहे. तेव्हा नीट लक्षपूर्वक ऐक. दुर्लक्ष करू नको. अनुभवातून मिळालेलं ज्ञान महामोलाचं असतं. प्रवास केल्याने, नानाविध लोकांना भेटल्याने तुझ्या ज्ञानात भर पडेल. एक लक्षात ठेव. प्रत्येक देशाची आपली स्वत:ची अशी संस्कृती असते. तू जर एखाद्या विशिष्ट देशातील लोकांशी व्यापार करायला जाणार असशील, तर त्या देशाच्या संस्कृतीची ओळख तुला असली पाहिजे. अनोळखी प्रदेशात जाताना काळजी घेतली पाहिजे.''

त्यानंतर थोड्याच दिवसांत भास्कराचा मृत्यू झाला. नकुल व्यापार सांभाळू लागला. एकदा तो जहाजातून माल घेऊन एका दूरच्या अनोळखी देशात गेला. तो आपलं जहाज बंदरात उभं करून तेथे एका अतिथीगृहात मुक्कामाला उतरला. तेथील मालकाने नकुलचा पेहराव, चालणं-बोलणं इत्यादी दुरून न्याहाळून पाहिलं. हा परदेशी प्रवासी आहे, हे त्याच्या लगेच ध्यानात आलं. त्याने मुद्दामच नकुलशी गप्पागोष्टी करण्याचा बहाणा करून गोड बोलून त्याच्याकडून सगळी वैयक्तिक माहिती – त्याच्या वडिलांचं नाव, त्याचा व्यवसाय, इत्यादी काढून घेतलं.

दुसऱ्या दिवशी व्यापाराच्या कामासाठी नकुल तिथल्या बाजारात गेला. तिथे त्याला एक माणूस भेटला. त्याला फक्त एकच हात होता. तो माणूस नकुलकडे येऊन म्हणाला, ''तू भास्करचा मुलगा ना? तुझ्या वडिलांनी माझा एक हात गहाण ठेवून घेतला होता. आता माझा हात मला परत दे, नाहीतर पैसे तरी दे.''

हे ऐकून नकुलला धक्काच बसला. तरीपण त्याने एक दिवसाची मुदत मागून घेतली आणि पुढे निघाला.

पुढच्या गल्लीत त्याला एक मध्यमवयीन स्त्री भेटली नकुलला पाहाताच तिने त्याला थांबवले आणि म्हणाली, ''तू भास्करचा मुलगा ना? गेल्या खेपेला तुझे वडील जेव्हा इकडे आले होते, तेव्हा त्यांनी माझ्याशी लग्न केलं. त्यानंतर ते मला

नियमित पैसे पाठवत असत. पण आता त्यांचं निधन झालं आहे. तेव्हा आता मला पैसे देणं हे तुझं कर्तव्य आहे.''

ती खोटं बोलत आहे, हे नकुलच्या अर्थातच लक्षात आलं. पण आता त्यावर उपाय तरी काय करणार त्याला कळेना. अखेर तिच्याकडून एक दिवसाची मुदत मागून घेऊन तो पुढे निघाला.

पुढे तो एका खाणावळीत दुपारचे जेवण घेण्यासाठी थांबला. जेवण झाल्यावर तो खाणावळवाल्याकडे जेवणाच्या पैशांच्या हिशेब चुकता करण्यासाठी गेला.

''हे बघ, मला जेवणाचे पैसे नकोत. त्याऐवजी तू मला खूष करून दाखव. म्हणजे मला माझा मोबदला मिळाला असं मी समजेन.''

खरं तर त्या जेवणाची किंमत होती दोन मोहरा. तरीपण नकुलने स्वेच्छेने त्याच्या हाती पाच मोहरा ठेवल्या. त्या खाणवळवाल्याला खूष करण्यासाठी! पण त्याने त्या पाच मोहरा उचलून खिशात घातल्या आणि म्हणाला, ''मी अजूनही नाखूषच आहे.''

ह्या परिस्थितीची हाताळणी कशी करावी, हे काही नकुलला कळेना. तेथेही त्याने एक दिवसाचा अवधी मागून घेतला.

त्यानंतर एका अनोळखी माणसाने त्याला जुगार खेळण्याचे निमंत्रण दिले.

त्याप्रमाणे नकुल खेळायला बसला. पण प्रत्येक डावात त्याचीच हार होऊ लागली. अखेरची खेळीसुद्धा त्या अनोळखी माणसानेच जिंकली. तो नकुलला म्हणाला, "एक तर तू या समुद्राचं सगळंच्या सगळं पाणी पिऊन दाखव, नाहीतर मग तुझ्या जहाजात भरलेला सगळाच्या सगळा माल देऊन टाक!"

त्या रात्री नकुल बेचैन होऊन आपल्या वडिलांच्या बोलण्याची आठवण काढत बसला. परक्या देशात तो एका फार मोठ्या संकटात सापडला होता. त्या देशातील लोक, त्यांची संस्कृती, याविषयी त्याला काहीच माहिती नव्हती. नक्कीच त्या अतिथीगृहाच्या मालकाने या गावच्या सर्व भामट्यांना आपली माहिती पुरवलेली दिसते! आणि इतरांबरोबर तोही या फसवाफसवीत नक्की सामील असणार – असा निष्कर्ष अखेर खूप विचारांती त्याने काढला. आपल्यापुढील या समस्यांवर आपण स्वत:च तोडगा शोधून काढला पाहिजे, हे त्याला आता कळून चुकलं. त्याने रात्रभर विचार केला.

दुसऱ्या दिवशी सकाळी तो त्या एक हात असलेल्या माणसाकडे जाऊन म्हणाला, "तुमचं म्हणणं खरं आहे. माझ्या वडिलांनी तुमच्या बाबतीत फार गंभीर चूक केलेली आहे. त्यांनी इतर अनेक लोकांच्या बाबतीतही हेच केलेलं आहे. त्यामुळे आमच्या घरात असे खूप हात जमा झाले आहेत. तेव्हा तुमचा राहिलेला हात मला द्या, म्हणजे मी घरी जाऊन घरातील इतर हातांशी तो ताडून पाहीन आणि त्या हाताशी मिळताजुळता हात तुम्हाला आणून देईन."

हे ऐकताक्षणीच तो माणूस पळून गेला.

आपल्या युक्तीचा उपयोग होतोय, हे नकुलला कळून चुकलं.

त्यानंतर तो त्या स्त्रीकडे जाऊन म्हणाला, "आई, माझ्या वडिलांनी तुला असं

वाऱ्यावर सोडलं, याचं मला फार दु:ख होत आहे. तू माझ्यासोबत आमच्या देशात चल. माझी आई रोज माझ्या बागेची देखभाल करते. तिच्याबरोबर तूही बागकाम करत जा. मला तर काहीच त्रास होणार नाही तुला सांभाळण्याचा.'' ते ऐकून ती महिला पळून गेली.

त्यानंतर नकुल त्या खाणावळवाल्याकडे गेला. तो माणसांच्या घोळक्यात उभा होता. नकुल त्याला म्हणाला, ''मला तुम्हाला फार मोठी बातमी सांगायची आहे.''

''कोणती बातमी?'' तो खाणावळवाला म्हणाला.

''तुमच्या देशाचा राजा हा जगात सर्वात उत्तम प्रशासक आहे!''

त्यावर खाणावळवाला उत्स्फूर्तपणे म्हणाला, ''अरे वा! आपली तब्येत तर एकदम खूष झाली ही बातमी ऐकून.''

त्यावर नकुल म्हणाला, ''हो ना, मग आता मी तुमचं काही देणं लागत नाही.''

खाणावळवाला काय ते समजला. आता जर हे ऐकून आपल्याला आनंद झालेला नाही, असं त्याने जाहीर केलं असतं, तर त्याची रवानगी थेट तुरुंगात झाली असती.

आता नकुल शेवटच्या भामट्याकडे जाऊन म्हणाला, ''मी समुद्राचं सगळं पाणी पिऊन दाखवायला तयार आहे. पण ते पिण्यासाठी आधी लोटीत तर भरा. जा पाहू लोटी घेऊन या!''

यावर त्या माणसाचा नाइलाज झाला व अखेर त्याला हार पत्करावी लागली.

◆

सिकंदर की मोहर

खूप खूप वर्षांपूर्वीची गोष्ट आहे. जॉनपूर राज्यावर त्यावेळी सुलतान अहमदशहा याचे राज्य होते. तो खरं म्हणजे एक चांगला राजा होता, पण आपल्या मंत्रीमंडळावर तो पूर्ण विश्वास टाकून स्वस्थ बसे. त्यामुळेच तो कधी उत्तम प्रशासक बनू शकला नाही. त्यामुळे त्याच्या राज्यातील सर्व मंत्री भ्रष्टाचारी होते व साहजिकच त्यामुळे जनतेचे हाल होत. पण प्रत्यक्ष सुलतानाला भेटून आपली कैफियत त्याच्यापुढे मांडण्याचं धारिष्ट्य कोणामध्येही नसल्याने आपल्या राज्यात खरोखर काय घडतं आहे, याचा त्याला थांगपत्ताही नव्हता.

त्या राज्यातील एका लहानशा गावात सिकंदर नावाचा एक गरीब, बुद्धिमान तरुण राहत असे. पण त्याच्या त्या लहानशा गावात काम करून पैसे मिळवण्याच्या पुरेशा संधी उपलब्ध नसल्यामुळे तो नशीब काढायला शहरात येऊन दाखल झाला. राजधानीत त्याच्यासारखे अनेक बेकार तरुण नोकरीच्या शोधात इतस्तत: फिरत असलेले त्याला दिसले. त्याने अनेक ठिकाणी अर्ज केले. पण प्रत्येक ठिकाणी ओळख, शिफारसपत्र, वशिला या गोष्टींच्या अभावी त्याला नोकरी न देता परत पाठवण्यात येई. अखेर तो निराश झाला. तेथे रोजगार हमी योजनेचे कार्यालय होते. त्या कार्यालयासमोर भली मोठी रांग होती. त्याच्यासारखे अनेक तरुण हातात अर्ज घेऊन मोठ्या आशेने उभे होते. ते पाहून त्याच्या डोक्यात एक कल्पना चमकून गेली.

त्याने तातडीने जाऊन स्वत:च्या नावाचा एक शिक्का बनवून घेतला. दुसऱ्या दिवशी सकाळी एका भल्यामोठ्या सरकारी कचेरीच्या समोर अगदी दारातच त्याने मुक्काम ठोकला. सरकारी कार्यालय प्रचंड मोठं होतं. त्याचा दरवाजा भक्कम पितळी होता. त्याने प्रत्येक अर्जदाराला आत प्रवेश करण्याआधी आपल्या हातातील अर्जावर शिक्का मारून घेण्यास सांगितलं. पण 'असं का? कशासाठी?' असं मात्र एकानेही त्याला विचारलं नाही. पहिल्या अर्जदाराने शिक्का मारून घेतल्यावर त्याला एक नाणं दिलं. ते पाहून बाकीच्यांनीही काहीही विचार न करता विनातक्रार तसंच केलं. अखेर ही पद्धत बनली.

असा शिक्का मारून घेऊन मगच आत पाऊल टाकायचं असतं, असा प्रत्येक अर्जदाराचा समज होऊन बसला. प्रत्येक अर्जदार येई, सिकंदरला पैसे देऊन अर्जावर शिक्का मारून घेऊन मगच आत जाई. दिवसअखेरीस त्याला भरपूर कमाई झाली. अनेक वर्षे सिकंदरचा हा उपक्रम चालूच होता. बघता बघता वर्षं लोटली. त्याने

भरपूर पैसा गाठीला बांधला आणि लग्न करून तो सुखाने राहू लागला.

एक दिवस तो आजारी पडला त्यामुळे आपल्या नेहमीच्या 'कामा'वर जाऊ शकला नाही. लोकांना त्यादिवशी आपल्या अर्जावर शिक्का मारून मिळाला नाही. त्याठिकाणी सगळा सावळा गोंधळ उडाला. 'सिकंदर कुठे आहे?' असं जो तो विचारू लागला. कार्यालयातील कारकूनसुद्धा लोकांचे अर्ज स्वीकारण्यास नकार देत होते. यावर सिकंदरचा शिक्का कुठंय? असं विचारून ते अर्जदारांना परत पाठवत होते. बघता बघता कार्यालयाचा कारभार ठप्प झाला. वरिष्ठ अधिकारी चांगलेच संतापले. ही बातमी सुलतानाच्या कानावर गेली.

सुलतानाने आपल्या महसूल मंत्र्याला बोलावून घेऊन त्याच्याकडे चौकशी केली. या सर्व बाबींचा खोलवर तपास केल्यावर अखेर राजाला सत्य उमगले – सिकंदर हा मुळी सरकारी नोकर नव्हताच. त्याला त्या कामावर कोणीही नेमले नव्हते. खरं तर त्या अर्जांवर कोणत्याही शिक्क्यांची मुळी गरजच नव्हती. सुलतान संतापला. त्याने सिकंदरला आपल्या त्या शिक्क्यासह दरबारात हजर होण्याचा हुकूम दिला.

सिकंदर दरबारात हजर झाला. सुलतानाला कुर्निसात करून मान खाली घालून अदबीने उभा राहिला.

"हा कसला शिक्का आहे? कशासाठी हा तू मारून देत होतास? काय लिहिले आहे त्यावर?" सुलतानाने विचारले.

सिकंर म्हणाला, "महाराज, मी केवळ सत्य तेच लिहिले आहे. अधिकारी जेव्हा

भ्रष्ट असतात, तेव्हा नोकरी भलत्यासलत्या कोणालाही मिळते. तो माणूस त्या नोकरीला खरोखर पात्र असतोच असे नाही. माझा शिक्का जर तुम्ही नीट वाचून पाहाल, तर तुम्हाला खालील मजकूर वाचायला मिळेल.

'बेदाद सरकार
पीतल दरवाजा
सिकंदर की मोहर'

याचा अर्थ इतकाच होतो – 'या भ्रष्टाचारी प्रशासनात, पितळी दरवाजासमोर हा शिक्का सिकंदरने मारलेला आहे.' सर्व अर्जदारांना वाटले, आपला अर्ज पुढे पाठवण्यासाठी हा शिक्का मारून घेणं आवश्यक आहे. पण त्या शिक्क्याची अक्षरे वाचण्याचीही तसदी त्यांनी घेतली नाही. सरकार, मी स्वत:हून कोणाकडेही पैसे मागितले नाहीत. पण शिक्का मारून घेण्यासाठी लोक आपणहून मला पैसे देऊ लागले. त्यांना वाटले, याला पैसे चारल्याशिवाय आपला अर्ज पुढेच जाणार नाही. तुमचे सरकारी अधिकारी तरी किती भ्रष्ट पाहा! त्या शिक्क्याची उमटलेली अक्षरे त्यांनी तरी कधी वाचली? त्यांना वाटले, तो शिक्का हा त्या अर्जाचाच एक भाग असावा. म्हणून मी इथे पैसे मिळवू शकलो. महाराज, तुम्ही माझी सगळीच्या सगळी मालमत्ता जप्त करू शकता. अखेर ती आहे तुमच्याच मालकीची. पण मी आपल्याला फक्त एक गोष्ट सांगू इच्छितो – या राज्यात तरुणांना त्यांच्या अंगच्या गुणांच्या आणि पात्रतेच्या बळावर नोकऱ्या मिळाल्या नाहीत, तर असे गैरप्रकार घडतच राहणार.''

उत्तम प्रशासनाचं महत्त्व सुलतानाला आता पुरेपूर पटलं. त्याने सिकंदरलाच

सरकार दरबारात नोकरी दिली व त्याच्याकडे रोजगार-उद्योग खाते सुपूर्द केले.

आता सिकंदरने नवा शिक्का बनवून घेतला. तो शिक्का उमटवण्याबद्दल तो अधिकृतरित्या अर्जदारांकडून एक नाणे वसूल करू लागला. त्याने त्या शिक्क्यामधील केवळ एक शब्द बदलला होता. त्यावर लिहिलं होतं :

'खुदा का सरकार
पीतल दरवाजा
सिकंदर की मोहर'

✦

जगावेगळी माणसं

सुवर्णनगरीमधील सगळेच्या सगळे पुरुष एकजात आळशी होते. त्यांना कोणत्याही गोष्टीचं अतिशयोक्तीपूर्ण वर्णन करण्याची सवय होती. सुवर्णनगरी ही राजधानी वल्लभीपासून पुष्कळ दूर अंतरावर होती. सुवर्णनगरीतील माणसं अगदी लहानसहान काम असलं तरी त्याचा उगीचच मोठा बडेजाव करत, त्याविषयी लांबचलांब भाषणं झोडत, पण त्यामानाने काम मात्र काहीच करत नसत. त्यांचा मुख्य उद्योग म्हणजे नुसतं बसून गप्पा मारणं. रोज सकाळी उठून त्यांच्या गप्पांचा अड्डा पडायचा. फक्त दुपारच्या आणि रात्रीच्या जेवणापुरतीच ती माणसे घरी येत.

सुवर्णनगरीची जमीन चांगली कसदार होती. कितीही कमी काम केलं तरी त्यातून चांगलंच पीक यायचं. एवढं असूनसुद्धा लोकांचा ऐदीपणा काही जात नव्हता. आरामशीर आयुष्य जगायचं आणि अंगमेहनत थोडीसुद्धा करायची नाही. असा त्यांचा बाणा होता. त्या नगरीतील स्त्रियांना मात्र पुरुषांच्या या वाईट सवयीचा फार त्रास होत असे. इतकं काम असायचं पण त्यातील कोणतंही काम पुरुष कधी करताना दिसत नसत. घरचं आणि दारचं सगळंच्या सगळं काम फक्त स्त्रियांनाच करावं लागे. पोटापाण्यासाठी राबावं लागे, मुलांचा सांभाळही त्यांनाच करावा लागे. शेवटी त्या गावच्या स्त्रिया कंटाळल्या. त्या सरळ उठून राजधानी वल्लभी येथे गेल्या आणि तेथील राजा वसुसेन याच्याकडे त्यांनी तक्रार नोंदवली.

खरं म्हणजे राजा वसुसेन हा अत्यंत कनवाळू आणि चांगला राजा म्हणून प्रसिद्ध होता. पण या स्त्रियांच्या तक्रारीची मात्र त्याने काहीच दखल घेतली नाही. सुवर्णनगरीच्या स्त्रिया निराश झाल्या.

अशीच एक पौर्णिमेची रात्र होती. गावातील सर्व आळशी माणसं पोटभर जेवून- खाऊन एकत्र जमा झाली आणि आपल्या अंगच्या कर्तृत्वाच्या बढाया मारू लागली. आपण इतरांपेक्षा कसे श्रेष्ठ आहोत हे सिद्ध करण्याची चुरस त्यांच्यात सुरू झाली. त्यांचं तसं बोलणं चालू असतानाच एक उंचापुरा, देखणा, परका माणूस तिथे आला आणि त्या घोळक्यात बसून त्यांच्या गप्पा ऐकू लागला. त्या माणसाला पाहताच घोळक्यातील गावकऱ्यांमध्ये जणू आपला मोठेपणा सिद्ध करण्याची चढाओढच लागली. प्रत्येकालाच त्या परक्या माणसावर आपली छाप पाडावीशी वाटत होती. भल्यामोठ्या वडाच्या झाडाखाली जोरजोरात चर्चा चालू होती.

घोळक्यात आता चार गट पडले होते. प्रत्येक गटाने आपल्या गटासाठी एक प्रवक्ता नेमला होता. पहिला उठून बढाया मारू लागला. ''मी आईच्या पोटात असल्यापासूनच मला दशदिशांचं ज्ञान होतं. माझा जन्म झाला तेव्हा लगेच मी धावत जाऊन वल्लभी राजधानीत पोहोचलो आणि आपल्या राजाची भेट घेतली. माझ्या आईनं कसंबसं मला परत आणलं.'' त्याचं हे भाषण ऐकून जमलेल्या सर्वांनी टाळ्या वाजवून त्याचं कौतुक केलं.

आता दुसरा माणूस उठला. आपण पहिल्यापेक्षा कसे मोठे आहोत, हे सिद्ध करायचं होतं. तो म्हणाला, ''मग त्यात काय मोठं? मी तर एक दिवसाचा असताना घोड्यावर स्वार होऊन राजधानीला जाऊन पोहोचलो आणि आपला राजा वसुसेन याच्याबरोबर नाश्तासुद्धा घेतला.''

तिसऱ्या माणसाने उठून क्षणाचाही विलंब न लावता आपली साहसकथा सांगण्यास सुरुवात केली, ''मी जेव्हा एक आठवड्याचा होतो, तेव्हा मी हत्तीवर बसून राजधानी वल्लभीला जाऊन पोहोचलो आणि राजा वसुसेन याच्याबरोबर दुपारचं भोजन केलं.''

त्यावर चौथा स्मितहास्य करत म्हणाला, ''मी जेव्हा एक महिन्याचा होतो,

तेव्हा मी पक्ष्यासारखा उडत राजधानी वल्लभीला जाऊन पोहोचलो. ते पाहून राजा आश्चर्याने इतका थक्क झाला की त्याने आपलं राजसिंहासन काही काळासाठी मला दिलं."

हे ऐकून सर्वांनी परत एकदा टाळ्यांचा कडकडाट केला. हा सगळा प्रकार पाहून तो परका माणूस आश्चर्याने थक्क झाला. तो पुढे होऊन म्हणाला, "तुमच्यापैकी प्रत्येकाने एकदा ना एकदा तरी राजा वसुसेनाची भेट घेतलेलीच आहे. तेव्हा तुमची आणि राजाची चांगली ओळख असेल, नाही का?"

"अर्थातच! आम्हाला पाहून राजा वसुसेन इतका प्रसन्न झाला होता. आम्ही जगावेगळी माणसं आहोत, त्यामुळे तो आम्हाला कुठूनही ओळखू शकेल."

त्यावर तो परका माणूस म्हणाला, "मी स्वत: राजधानी वल्लभीचा रहिवासी आहे. एक दिवस आमच्या नगरात किल्ला बांधण्याचं काम चालू होतं. बांधकामाचे मोठमोठे दगड डोक्यावरून वाहून नेण्यासाठी मला माणसांची गरज होती. मला चार जगावेगळी शक्तिशाली माणसे भेटली. मी त्यांची या कामासाठी नेमणूक केली व त्यासाठी त्यांना त्यांचा पगार म्हणून सोन्याचे मोठे मोठे रूळ आधीच दिले. पण ती माणसं आगाऊ पगार हाती पडताच पळून गेली. ती कधी कामावर रूजू झालीच नाहीत. त्यांचं ते काम अपुरंच राहिलं आहे. राजाचा असा नियम आहे, की जर कोणी आपलं काम अर्धं टाकून पळाला, तर त्याला शिक्षा होते. म्हणून मी राजाच्या आज्ञेवरून त्या चार जगावेगळ्या माणसांच्या शोधात इथपर्यंत आलो आहे. तुम्ही

सांगितलेल्या हकिकती ऐकल्यावर माझी तर खात्रीच पटली, की ती जगावेगळी माणसे नक्की तुम्हीच आहात. तेव्हा तुम्ही ताबडतोब माझ्यासोबत चला, नाहीतर आत्ताच्या आत्ता घेतलेलं सोनं परत करा.''

त्यानंतर त्या परक्या माणसानं आपल्या अंगावर पांघरलेली शाल बाजूला केली. तो खुद्द राजा वसुसेन होता. सर्वांनीच त्याला ओळखलं. सर्वजण अवाक् झाले. घाबरून उठून उभे राहिले. त्याच्यासमोर मान तुकवून म्हणाले, ''महाराज, आम्हाला क्षमा करा. आम्ही साधी माणसं आहोत. आम्ही उगीच बढाया मारत होतो. आमच्या मूर्खपणाबद्दल आम्हाला क्षमा करा.''

त्या दिवसानंतर त्या गावातील माणसांच्या बढाया बंदच झाल्या. ती सर्वजण कमी बोलू लागली आणि मन लावून काम करू लागली.

♦

ठपका

राजकन्या चंद्रावती अत्यंत रूपवान होती. परंतु तिला दागदागिन्यांचा अतोनात सोस होता. तिचे वडील तिच्यासाठी देशविदेशातून महागामोलाचे अलंकार मागवून घेत असत. पण तरीसुद्धा तिचा सोस काही कमी होत नव्हता. एक दिवस एका जवाहिऱ्याने तिला एक अत्यंत अनमोल असा रत्नजडित हार आणून दिला आणि म्हणाला, "राजकन्ये, हा जगातील एकमेवाद्वितीय असा हार आहे." आणि ते खरोखरच खरंच होतं. राजकन्येने इतका सुंदर हार आजपर्यंत कधीच पाहिलेला नव्हता.

राजकन्येने तो हार गळ्यात घातला. त्यानंतर ती आपल्या मैत्रिणींबरोबर राजवाड्याच्या बगिच्यात गेली. बगीच्यात एक सुंदर तलाव होता. तो पाहताच राजकन्येला त्या तलावात जलविहार करण्याची इच्छा झाली. मग तिने तलावात उतरण्यापूर्वी आपल्या सर्वांत विश्वासू दासीच्या हातात तो हार सोपवला आणि म्हणाली, "हा नीट जपून ठेव बरं का. हा फार मौल्यवान आहे."

उन्हाळ्याचे दिवस होते. दासी बरीच वयस्कर होती. ती विसाव्याला एका आंब्याच्या झाडाच्या सावलीत बसली. तिने तो हार आपल्या हातात घट्ट पकडून धरला होता. बिचारी कितीतरी वेळ राजकन्येची वाट बघत होती. दिवसभराच्या कामाने दमलेली होती. सावलीत जरा वेळ निवांत बसल्यावर तिचा डोळा लागला. तिला केवळ क्षण दोन क्षणच डुलकी लागली असेल, तोच आपल्या हातातील हिऱ्यांचा हार कोणीतरी खेचत असल्याचा तिला भास झाला आणि तिने दचकून डोळे उघडले. बघते तो काय – तो हार तिच्या हातात मुळी नव्हताच!

या गोष्टीचे किती महाभयंकर परिणाम होणार आहेत या नुसत्या विचारांनी त्या दासीच्या जिवाचा थरकाप झाला. आता काय करावं, हेच तिला कळेना! आपल्याला या गोष्टीची किती मोठी शिक्षा होणार आहे, याची तिला पूर्ण कल्पना होती. ती मोठ्यांदा ओरडली, "चोर! चोर! राजकन्येचा हिऱ्यांचा हार चोरट्याने पळवला!"

राजवाड्याभोवतालच्या बगिचाभोवती मोठं कुंपण होतं. सर्वत्र पहारेकरी राखण करत उभे होते. दासीचं ओरडणं ऐकून ते धावत आले आणि गोंधळून गेले. "तो चोर कुठल्या दिशेला पळाला?" त्यांनी म्हाताऱ्या दासीला विचारलं. दासी भीतीने थरथरत उभी होती. तिने हातानेच कुठलीतरी एक दिशा दाखवली.

रखवालदार दासीने दाखवलेल्या दिशेला चोरट्याचा शोध घेण्यासाठी पळत सुटले.

रस्त्यात एक शेतकरी उभा होता. त्याने राजाच्या दोन रखवालदारांना धावत येताना पाहिले. त्याला वाटले, ते आपल्याकडेच येत आहेत. ते पाहून तो मनातून घाबरला आणि तोही पळत सुटला. पण पळता पळता तो चांगलाच दमला आणि अखेर राजाच्या रखवालदारांच्या हाती सापडला. "हार कुठाय?" रखवालदारांनी त्याला दरडावून विचारले.

"कुठला हार?" शेतकरी भीतीने थरथरत म्हणाला. त्याचे हात रिकामेच होते.

"राजकन्येचा हिऱ्यांचा हार! बोल, कुठे लपवला आहेस ते! कुणाला दिलास, बोल!"

शेतकरी चांगलाच भांबावून गेला. कसंतरी आता या रखवालदारांच्या तावडीतून सुटायलाच हवं, म्हणून तोंडाला येईल ते उत्तर देऊन मोकळा झाला. "तो हार मी माझ्या जमीनदाराला दिला."

रखवालदारांनी शेतकऱ्याला तुरुंगात टाकले आणि त्याच्या जमिनदाराला पकडले.

"तुला शेतकऱ्याने दिलेला हिऱ्यांचा हार कुठे ठेवलास?" रखवालदारांनी जमीनदाराला दरडावून विचारले.

"कुठला हार?" जमीनदाराला काहीच कळेना.

''उगीच नाटकं करू नकोस. तो हार फार मौल्यवान होता.''

या लोकांचं काहीतरी हरवलंय आणि हे आपलं बोलणं ऐकून घेण्याच्या मन:स्थितीत आत्ता नाहीत हे जमीनदाराला कळून चुकलं. आपला जीव वाचवण्यासाठी तो म्हणाला, ''मी तो हार पुजाऱ्याला दिला. त्याला तो देवीमातेसाठी हवा होता.''

आता जमीनदाराची रवानगी तुरुंगात झाली आणि पुजाऱ्याला पकडण्यात आले.

''जमीनदाराने देवीमातेसाठी दिलेला हिऱ्यांचा हार कुठे आहे? तो चोरीचा हार आहे!'' रखवालदारांचे हे शब्द ऐकून पुजारी गोंधळून गेला.

या लोकांचं नक्की काय चोरीला गेलं आहे आणि त्याचा आपल्याशी काय संबंध, हे काही बिचाऱ्या पुजाऱ्याला समजेना. जमीनदाराने आपल्याला गोत्यात आणलेलं आहे, एवढं त्याला कळून चुकलं. त्याचवेळी राजाच्या दरबारातील वरिष्ठ अधिकारी मंदिरात आला होता. तो हात जोडून देवीमातेची आराधना करत होता. तो बराच वरिष्ठ अधिकारी असल्याने त्याचे नाव वापरून आपण यातून सुटावं, असा विचार करून त्या अधिकाऱ्याकडे बोट दाखवून पुजारी रखवालादारांना म्हणाला, ''तो भूपती आहे ना, त्याला तो हार हवा होता. त्याला अगदी तशाच नमुन्याचा हुबेहूब तसाच दुसरा हार बनवून घ्यायचा आहे ना, म्हणून तो मी त्याला दिला.''

आता पुजाऱ्याला तुरुंगात टाकण्यात आले व भूपतीची चौकशी सुरू झाली.

भूपती गेली कित्येक वर्षे राजदरबारात नोकरीला होता. अर्थातच सगळी परिस्थिती साधारणपणे काय असावी हे त्याच्या लगेच लक्षात आलं. राजवाड्यातील कोणतीतरी मौल्यवान गोष्ट हरवली आहे, बहुधा हिऱ्यांचा हारच हरवला आहे आणि त्याबद्दल प्रत्येकजण दुसऱ्यावर ठपका ठेवत आहे, हेही त्याला कळून चुकलं. मूळ समस्या नक्की काय आहे याबद्दल खोलात शिरून कुणीच विचार केलेला नव्हता. त्या अधिकाऱ्याला राजकन्येचा स्वभाव नीट माहीत होता. त्यामुळे तो म्हणाला, ''आपल्या राजकन्येला अलंकारांची खूप आवड आहे, त्यामुळे मी तो त्यांनाचा भेट म्हणून दिला आहे.''

परंतु प्रत्यक्षात तो हार मुळी राजकन्येकडे नव्हताच. त्यामुळे त्या अधिकाऱ्यालाही इतरांसोबत त्याच कोठडीत डांबण्यात आले. परंतु तो हार काही सापडेना.

राजाच्या प्रधानाला आता या गोष्टीची चिंता लागून राहिली. तुरुंगात टाकलेल्या त्या चारही कैद्यांचं संभाषण जर आपण चोरून ऐकलं, तर त्यातून आपल्याला नक्कीच काहीतरी सुगावा लागेल असं त्याला वाटलं. म्हणून तो तेथे जाऊन आडून त्यांचं बोलणं ऐकू लागला.

भूपती पुजाऱ्याला दूषणं देत होता, ''काय रे, तू जर तो हार मला दिलेलाच

नाहीस, तर उगीचच्या उगीच माझं नाव काय म्हणून घेतलंस? मी तर मंदिरात देवीमातेची प्रार्थना करण्यासाठी आलो होतो.''

त्याबरोबर त्या पुजाऱ्याने जमीनदाराला दोष देण्यास सुरुवात केली. ''मी तर तुला एक आठवडाभर भेटलेलोसुद्धा नाही. मग तू माझं नाव का सांगितलंस?''

त्याबरोबर त्या जमीनदाराने सगळा राग त्या शेतकऱ्यावर काढला. तू स्वत: तर आळशी आहेसच, पण उगीच तुझ्याबरोबर मलाही गोत्यात आणलं आहेस. त्या हाराविषयी मला काहीही माहीत नाही.''

त्यावर शेतकरी सांगू लागला, ''मी तर राजवाड्याच्याजवळ फिरकलोसुद्धा नव्हतो. पण राजाचे शिपाई विनाकारण माझ्यामागे लागले.''

याचा अर्थ खरा चोर कुणीतरी दुसराच आहे ही गोष्ट प्रधानाला कळून चुकली. म्हाताऱ्या दासीनं स्वत:ची मान वाचवण्यासाठी काहीतरी युक्ती केली आणि त्यामुळे हे चौघं त्यात अडकले असावेत, हेही त्याच्या लक्षात आलं. याचाच अर्थ कदाचित तो हिऱ्यांचा हार त्या झाडाच्या जवळपास कुठेतरी असू शकेल, असंही त्याला वाटलं.

त्याने आपल्या सेवकांना उद्यानात हाराचा शोध घेण्यासाठी पाठवलं. आश्चर्याची गोष्ट अशी की थोड्याच वेळात सेवकांना झाडावर एक माकड बसलेलं दिसलं. त्याच्या गळ्यात तो हिऱ्यांचा हार चमकत होता. त्यांनी झाडाखाली जमिनीवर काही फळे टाकताच त्या माकडाने खाली झेप घेतली आणि एकदाचा तो हार त्यांना मिळाला!

✦

वाटणीचं तर्कशास्त्र

एका गावात श्रीमुख नावाचा एक गरीब शेतकरी राहत होता. तो अत्यंत हुशार होता. त्या देशाचा राजा त्यांच्या गावाच्या भेटीसाठी येणार असल्याची बातमी त्याच्या कानावर आली. लगेच त्याने आपल्याकडचा एक कोंबडा राजाला भेट म्हणून देण्यासाठी बरोबर घेतला. बलदित्य राजाने श्रीमुखला पाहिलं, तेव्हा तो चाणाक्ष आणि बुद्धिमान असल्याचे त्याच्या लगेच लक्षात आलं. त्याने श्रीमुखची परीक्षा घ्यायचं ठरवलं. तो म्हणाला, "माझ्या कुटुंबात एक पत्नी, दोन मुलगे व दोन मुली आहेत. शिवाय समजा तूपण माझ्या राजवाड्यात पाहुणा म्हणून आलास, तर आपण सगळे मिळून सात लोक होऊ. या सात व्यक्तींमध्ये एका कोंबड्याची वाटणी तू कशी काय करशील?"

त्यावर श्रीमुख म्हणाला, "उत्तर सोपं आहे, महाराज आपण कुटुंबप्रमुख असल्यामुळे कोंबड्याचं डोकं तुम्हाला मिळेल. राणी म्हणजे परिवाराच्या पाठीचा कणा, त्यामुळे कोंबड्याच्या पाठीचा भाग राणीसाहेबांना मिळेल. दोन पंख दोन राजकन्यांना मिळतील, कारण एक ना एक दिवस त्यांचा विवाह होऊन त्या जाणारच आहेत. कोंबड्याचे पाय दोन्ही राजपुत्रांना मिळतील, कारण भविष्यात ते राजे होणार आहेत. ते तुमच्या मागोमाग वाटचाल करणार आहेत."

"आणि तुझं काय?" राजा मनातून श्रीमुखने दिलेलं उत्तर ऐकून फार खूष झाला होता, पण त्याला संपूर्ण उत्तर जाणून घ्यायचं होतं,

"जे काही उरेल ते मला, म्हणजे घरच्या पाहुण्याला मिळेल."

राजाने खूष होऊन त्याला बक्षीस म्हणून सुवर्णमुद्रा दिल्या.

श्रीमुख आनंदाने घरी आला. त्याचा एक शेजारी होता – श्रीपती. तो स्वभावाने फार मत्सरी होता. खरं तर श्रीपतीची आर्थिक परिस्थिती कितीतरी उत्तम होती. परंतु श्रीमुखने राजाला केवळ एक कोंबडा भेट म्हणून दिल्यावर त्याला त्या बदल्यात सुवर्णमुद्रा मिळाल्या हे पाहून त्याला श्रीमुखचा हेवा वाटू लागला. लगेच त्याने पाच कोंबडे घेतले व ते घेऊन राजाच्या भेटीसाठी गेला. आता आपल्याला श्रीमुखच्या पाचपट सुवर्णमुद्रा मिळतील, अशी त्याला मनातून आशा वाटत होती.

राजाला भेटल्यावर त्याने आपला नजराणा त्याला सादर केला. श्रीपतीने नेमकी हीच भेट का आणली असावी हे राजा बलदित्याच्या तात्काळ लक्षात आले. तो म्हणाला, "माझ्या कुटुंबात एक राणी, दोन राजपुत्र आणि दोन राजकन्या आहेत. शिवाय तू माझा पाहुणा आहेस. मग या कोंबड्यांची वाटणी तू कशी काय करशील?"

ते ऐकून श्रीपतीला काही सुचेना. तो नुसताच उभा राहिला. त्यावर राजा हसून म्हणाला, "जा तुझा मित्र श्रीमुख याला बोलावून घे. तोच सांगेल, त्यांची वाटणी कशी करायची ते!"

श्रीमुखला बोलावून घेण्यात आले. त्याच्यापुढे ती समस्या ठेवण्यात आली. तो म्हणाला, "महाराज, हे तर फारच सोपं आहे. आपण सर्वांची तीन-तीनच्या गटात विभागणी करू. पहिल्या गटात महाराज आपण स्वतः, महाराणी आणि एक कोंबडा. म्हणजेच तुम्हाला आणि राणीसाहेबांना मिळून एक अख्खा कोंबडा मिळेल. दुसरा कोंबडा आणि दोन राजकन्या यांचा दुसरा गट. दोन राजपुत्र आणि तिसरा कोंबडा मिळून आणखी एक गट. राहता राहिला तुमचा पाहुणा, म्हणजे मी आणि दोन कोंबडे. आमच्या तिघांचा एक गट तयार झाला. समस्या सुटली."

त्याचा हा हजरजबाबीपणा ऐकून राजाला फार आनंद झाला. तो श्रीपतीला म्हणाला, "सुवर्णमुद्रांचं बक्षीस कोंबड्याबद्दल नव्हतं तर गणिती डोक्याबद्दल होतं."

परत एकदा श्रीमुखलाच आणखी थोड्या सुवर्णमुद्रांची प्राप्ती झाली आणि श्रीपतीला रिक्त हस्तानं परतावं लागलं.

◆

बुद्धिमान भाऊ

विश्वगिरीदेशा नावाच्या नगरीत तीन भाऊ राहत होते. ते अत्यंत बुद्धिमान होते. त्यांच्या घरची गरिबी होती, पण तिघेही चाणाक्ष होते. तर्कशास्त्रात त्यांचा हात कोणी धरू शकत नसे.

एक दिवस त्यांनी ठरवलं, मोठ्या शहरात जायचं आणि नशीब काढायचं. ते प्रवासाला निघाले. रस्त्यात त्यांना काही पावलांचे ठसे आढळले. त्या तिघांनी ते अगदी काळजीपूर्वक निरखून पाहिले. तेवढ्यात त्यांना एक धनिक व्यापारी त्याच रस्त्याने निघालेला दिसला. तो अतिशय गडबडून गेलेला, घाबरलेला होता. त्याने विचारले, "तुम्ही या रस्त्यावर कोणाला पाहिले?"

त्यावर सर्वांत मोठा भाऊ म्हणाला, "हो, एक मोठा उंट." त्यावर दुसरा भाऊ म्हणाला, "त्या उंटाला एकच डोळा होता." तिसरा भाऊ म्हणाला, "त्या उंटाच्या पाठीवर एक महिला व एक लहान बालक बसलेले होते." हे त्यांचे शब्द ऐकताच त्या व्यापाऱ्याचा संताप अनावर झाला. तो म्हणाला, "माझ्या पत्नीला आणि मुलाला तुम्ही तिघांनी पकडून कुठेतरी डांबून ठेवलेलं आहे. बोला, कुठे आहेत ती दोघं?"

त्यावर तिघं उत्तरलं, "आम्हाला खरोखरच काहीच माहीत नाही. केवळ

तर्कशास्त्राच्या आधारे आम्ही या सर्व गोष्टींचा अंदाज बांधला.'' पण व्यापाऱ्याचा त्यांच्यावर मुळीच विश्वास बसला नाही. त्याने त्यांना पकडून राजाच्या दरबारात हजर केले.

राजाने सर्व हकिकत ऐकली. पण त्याचासुद्धा या भावांच्या बोलण्यावर विश्वास बसला नाही. तो म्हणाला, ''मी तुमची एक परीक्षा घेतो. त्या परीक्षेत जर तुम्ही उत्तीर्ण झालात, तर मी तुमच्यावर विश्वास ठेवीन.''

राजाने आपल्या प्रधानाला बोलावून घेऊन त्याच्या कानात काहीतरी सांगितले. थोड्या वेळाने राजाचे सेवक एक बंद पेटी घेऊन आले. ती पेटी त्या तिघा भावांच्या समोर ठेवून राजा म्हणाला, ''या बंद पेटीत काय आहे, ते ओळखून दाखवा.''

त्यावर पहिला भाऊ म्हणाला, ''या पेटीत एक गोलाकार वस्तू आहे.''

त्यावर दुसरा भाऊ म्हणाला, ''ते डाळिंब आहे.''

त्यावर तिसरा भाऊ म्हणाला, ''ते अजून कच्चं आहे.''

त्यानंतर ती पेटी उघडण्यात आली. खरोखरच त्यात कच्चं डाळिंब होतं.

राजाला त्यांचं उत्तर ऐकून आश्चर्य वाटलं.

''हे तुम्ही अचूक कसं ओळखलं?'' तो म्हणाला.

त्यावर पहिला भाऊ म्हणाला, ''तुमच्या नोकरांनी जेव्हा ही पेटी उचलून इथे आणली तेव्हा आत काहीतरी गडगडत इकडून तिकडे जात असल्याचा आवाज आला. ती वस्तू लहानसर व गोल असेल आणि पेटीत दुसरे काहीच नसेल, तरच तसा आवाज येऊ शकेल, हे माझ्या लक्षात आले.''

दुसरा म्हणाला, ''तुमचे नोकर डाळिंबाच्या बागेतून इकडे आले, ते मी पाहिलं. याचा अर्थ ती वर्तुळाकार गोष्ट म्हणजे डाळिंबच असणार, हे उघड होतं!''

त्यावर तिसरा भाऊ म्हणाला, ''अजून डाळिंबांचा मोसम आलेला नाही, याचा अर्थ ते डाळिंब अजून कच्चंच असणार असा निष्कर्ष मी काढला.''

राजाला ते ऐकून आश्चर्याचा धक्का बसला. मग त्या व्यापाऱ्याच्या बाबतीत त्या तिघा भावांनी जो काही अंदाज वर्तवला, त्यापाठीमागचं तर्कशास्त्र जाणून घेण्याची उत्सुकता त्याला वाटली.

त्यावर पहिला भाऊ म्हणाला, ''मी मातीत उंटाच्या पावलांचे ठसे उमटलेले पाहिले. नेहमीच्या उंटाच्या ठशांपेक्षा ते फारच मोठे होते, त्यामुळे तो उंट आकाराने बराच मोठा असणार हा अंदाज मी वर्तविला.''

दुसरा भाऊ म्हणाला, ''त्या उंटाने रस्त्याच्या केवळ एकाच बाजूचं गवत खाल्लेलं दिसत होतं. याचा अर्थ तो एका डोळ्याने आंधळा असावा असा अंदाज मी केला.''

तिसरा भाऊ म्हणाला, ''तो उंट रस्त्यात विश्रांतीला जिथे थांबला होता तिथे मला एका स्त्रीच्या व एका लहान बालकाच्या पावलांचे ठसे दिसले. त्यामुळे एक स्त्री व एक लहान मूल उंटावरून उतरून पुढे चालत गेले असावे, असे माझ्या लक्षात आले.''

त्यांची ही तर्कसुसंगत उत्तरं ऐकून राजा प्रसन्न झाला व त्याने त्यांची आपल्या दरबारात नेमणूक करून टाकली.

◆

बटवा
(चिनी लोककथेवर आधारित)

मल्लिका ही एक सुंदर तरुणी होती. तिला वडील नव्हते, पण त्यांची आर्थिक परिस्थिती उत्तम होती. मल्लिका जितकी सुंदर होती, तितकीच सुशील, सुस्वभावीसुद्धा होती. अडल्या-नडल्याला, संकटात सापडलेल्याला मदत करणं, हा तिचा स्वभाव होता. पण तिच्यात एकच दुर्गुण होता तो म्हणजे सर्व काही जिथल्या तिथे, नीटनेटकेपणे असावे या गोष्टीचा तिचा जास्तच आग्रह असे. व्यवस्थितपणा आणि टापटिपीचं जणू काही तिला वेडच होतं. जे काम हाती घेतलं, ते अगदी शंभर टक्के परिपूर्ण व्हायला हवं असा तिचा आग्रह असे. त्यात तिळमात्रही कुचराई झालेली ती खपवून घेत नसे.

मधुपुरा येथील एका जमीनदाराच्या मुलाशी मल्लिकेचं लग्न ठरलं होतं. मल्लिकाच्या आईने तिच्या लग्नाची जोरदार तयारी केली होती. तिच्या सासरी देण्यासाठी असंख्य भेटवस्तू आणून ठेवल्या होत्या. मल्लिकाच्या सासरच्या लोकांनी आपल्या श्रीमंतीचे आणि औदार्याचे कौतुक करावे, म्हणून हा सगळा खटाटोप होता तिचा.

मल्लिकाला आपल्या सासरी नेण्यासाठी एक रेशमी बटवा हवा होता. तिने तो आपल्या पसंतीनुसार बनवून घेतला खरा, पण तो तयार होऊन तिच्यासमोर आला, तेव्हा त्याची शिलाई, आणि कलाकुसर, रंग इत्यादी गोष्टी तिच्या पसंतीला उतरल्या नाहीत. तिने आपली नोकराणी वेदा हिला तो बटवा घेऊन परत पाठवले. वेदाने तो बटवा परत करून एक नवीन सुंदर बटवा आणला, पण तोही मल्लिकेने नापसंत केला. या नवीन बटव्याचा आकार तिला आवडला नाही. परंतु संपूर्ण दुकानात याहून अधिक सुंदर बटवा नसल्यामुळे हा बटवा घेण्यावाचून आता पर्याय नाही, अशी वेदाने तिची समजूत काढली. अखेर नाराजीनेच का होईना, मल्लिकेने तो बटवा ठेवून घेतला.

श्रावणातील पौर्णिमेच्या दिवशी मल्लिकेचा विवाह मोठ्या थाटामाटात संपन्न झाला. मल्लिका जेव्हा सासरी जायला निघाली तेव्हा तिच्या आईने तो रेशमी बटवा व काही वस्तू तिच्या हाती ठेवल्या आणि म्हणाली,

"सासरी जाताना मुलीला फळे, फुले, मिठाई, नारळ आणि इतर अनेक भेटवस्तू देण्याची आपल्या घरची रीत आहे, त्याप्रमाणे मी हे सामानसुमान तुला देत

आहे, पण वाटेत चोरचिलटांपासून सावध राहा. आणि सांभाळून जा. माझे आशीर्वाद तुझ्या पाठीशी आहेत.'' खरं तर आणखीही चार गोष्टी आपल्या मुलीला सांगण्याची मल्लिकेच्या आईची इच्छा होती, पण तेवढ्यात घोडागाडी पुढे निघाली.

समुद्रकिनाऱ्याचा प्रदेश होता. श्रावण महिन्यात मुसळधार पाऊस कोसळत होता. अखेर घोडागाडीला पुढे जाणे अशक्य होऊन बसले. मल्लिका गाडीतून उतरली आणि जवळच्या एका मंदिरात आडोशाला जाऊन थांबली. पाऊस कधी थांबतो याची वाट पाहत ती उभी होती. अंधारून आले होते. त्या तशा अंधारातही

तिला दिसले, देवळापलीकडे एक तरुणी रडत उभी होती. त्या मुलीचा चेहरा स्पष्ट दिसत नव्हता, पण तिच्या अंगावर अगदी सुमार दर्जाची नवीकोरी साडी होती. ते पाहून मल्लिकाला वाईट वाटले. तिने आपली नोकराणी वेदा हिला त्या मुलीची चौकशी करण्यासाठी पाठवले.

वेदा त्या मुलीची चौकशी करून परत आली. ती मुलगी अनाथ होती. तिचे एका गरीब शेतकऱ्याशी लग्न झाले होते. ती आपल्या सासरी निघाली होती. रस्त्यात पावसामुळे ती थांबली होती. आपल्याबरोबर सासरी नेण्यासाठी तिच्याकडे काहीच नव्हते. आता आपले सासरी कसे काय स्वागत होईल याची चिंता तिला लागून राहिली होती. ते ऐकून मल्लिकाला वाईट वाटले. आपण किती भाग्यवान आहोत! देवाची केवढी कृपा आहे आपल्यावर! आपल्या आईने आपल्याबरोबर सासरी नेण्यासाठी केवढ्यातरी भेटवस्तू दिल्या आहेत! – मल्लिकाच्या मनात आले. त्या

मुलीला आपण आपल्याजवळचे काहीतरी दिले पाहिजे. इतक्यात तिची नजर त्या रेशमी बटव्यावर पडली. तिने तो बटवा उचलून त्या मुलीच्या हातात ठेवला. त्याचबरोबर काही फळे, मिठाई इत्यादी सामानही तिला दिले.

पाऊस थांबला. मल्लिका आपल्या सासरी जाऊन पोहोचली. तिचा संसार सुखाने सुरू झाला. दिवस आनंदात चालले होते. कालांतराने तिला एक सुंदर मुलगा झाला. तिचे सासू-सासरे अत्यंत प्रेमळ होते. मल्लिका त्यांची खूप लाडकी होती. कालांतराने मल्लिकाच्या आईचे मात्र निधन झाले. तिला माहेरचे कुणीच उरले नाही. तिच्या पतीचा व्यवसाय अतिशय जोमाने फोफावत होता. मल्लिकाचे आयुष्य सुखात चालले होते. इंद्रधनूच्या रंगांप्रमाणे रंगतदार, सुंदर आयुष्य होते.

पण नियतीच्या मनात काही वेगळेच होते. अचानक अघटित घडले. निसर्गाचा प्रकोप उद्‌भवला. भूकंप झाला. धरणी थरारून उठली. क्षणार्धात मल्लिकेची आणि तिच्या कुटुंबीयांची वाताहात झाली. घरदार गेलं – शेतीवाडी, जमीनजुमला, मालमत्ता सगळं काही होत्याचं नव्हतं झालं. पती व मुलाची ताटातूट झली. मल्लिका एकटी उरली. अनाथ झाली. काय करावं? कुठे जावं? हे तिला कळेना. भुकेल्या, थकल्या-भागल्या अवस्थेत निराश होऊन ती वाट फुटेल तिकडे चालू लागली.

या घटकेपर्यंत आयुष्यात तिने संकट म्हणजे काय याचा कधीच अनुभव घेतला नव्हता. रस्त्यावर तिच्यासारखेच निराधार झालेले अनेक लोक भटकत होते. त्यांच्यापैकी कोणीतरी तिला म्हणाले, ‘‘तू रत्नपूर गावी का नाही जात? तिथे एका श्रीमंत जोडप्यानं एक धर्मशाळा चालवली आहे. तिथे अनाथांना, निराधारांना रोज जेवण मिळतं.’’

पोटातील भुकेने मल्लिकेला तेथवर खेचून नेले. तेथे अन्नछत्र उघडण्यात आलं होतं. जेवणासाठी भली मोठी रांग होती. मल्लिका त्या रांगेत जाऊन उभी राहिली. तिचे डोळे पाण्याने भरून आले. आजपर्यंत तिने स्वत: पुष्कळ दानधर्म केला होता. असं याचक होऊन कोणाच्या दारी अन्नासाठी उभं राहण्याची ही पहिलीच वेळ होती. रांग हळूहळू पुढे सरकत होती. अखेर तिची पाळी आली तेव्हा तिच्या हातातील कटोरीत अगदी थोडंसंच अन्न वाढण्यात आलं. व्यवस्थापक तिला म्हणाला, ‘‘बाई, आज एवढंच शिल्लक आहे. आम्ही रोज भरपूर अन्न शिजवतो. पण काय करणार? भूकंपामुळे निराधार झालेल्या लोकांची संख्या इतकी प्रचंड आहे, की कितीही शिजवलं तरी पुरं पडत नाही.’’

मल्लिका हातातला कटोरा घेऊन माघारी फिरली. तेवढ्यात तिचं लक्ष गेलं. बाजूलाच एक जख्ख म्हातारी हातात भिक्षेचा कटोरा घेऊन आपली पाळी कधी येते याची वाट बघत आशाळभूत नजरेने उभी होती. पण अन्न संपल्यामुळे सगळे लोक

परत निघाले. त्या म्हातारीच्या चेहऱ्यावर निराशा स्पष्ट दिसत होती. मल्लिकाला वाईट वाटले. तिने क्षणभर विचार केला आणि आपल्या कटोरीत जे काही थोडंफार अन्न होतं, ते त्या म्हातारीला देऊन टाकलं.

व्यवस्थापक अन्नछत्र बंद करून परत निघाला होता. त्याने हे दृश्य पाहिलं. त्याला आश्चर्य वाटलं. तो मल्लिकाला म्हणाला, ''बाई, तुम्ही बरेच दिवसांच्या उपाशी दिसता. मग तुम्ही तुमच्या वाट्याचं अन्न त्या म्हातारीला का देऊन टाकलं?''

मल्लिका म्हणाली, ''मी तरुण आहे. धडधाकट आहे. पाणी पिऊनसुद्धा भूक भागवता येईल मला. पण ती बिचारी म्हातारी काय करणार? मी नाहीतरी इथे तुमच्या धर्मशाळेतच उतरले आहे. मी उद्या परत येईन.''

व्यवस्थापक तेथून निघून आपली मालकीण सौदामिनी हिच्याकडे गेला. दिवसभरात झालेल्या सर्व घडामोडींचा अहवाल तिला देता देताच त्याने मल्लिकाच्या या चांगुलपणाविषयीपण तिला सांगितले. इतक्या खडतर परिस्थितीत जगत असतानाही तिचा स्वभाव किती कनवाळू आहे हे त्याने सांगितले. ते ऐकून सौदामिनीचे मन हेलावून गेले. ती म्हणाली, ''उद्या त्या स्त्रीला माझ्याकडे घेऊन ये. माझा मुलगा लहान आहे. त्याच्यासाठी आम्हाला एका दाईची गरज आहे. एखादी मायाळू, कनवाळू बाई जर मिळाली तर ती त्याला चार चांगल्या गोष्टी शिकवू शकेल.''

अशा तऱ्हेने मल्लिकेला सौदामिनीच्या घरी दाईची नोकरी मिळाली. सौदामिनीच्या लहान मुलाला पाहून मल्लिकेला स्वतःच्या मुलाची तीव्रतेने आठवण झाली व तिच्या डोळ्यांत पाणी आलं.

सौदामिनी तिच्याशी खूप प्रेमाने बोलली. ती म्हणाली, ''माझ्या मुलाला सांभाळ. त्याच्याशी खेळलीस तरी चालेल. घरात, बागेत तुला पाहिजे तिथे त्याला घेऊन तू जा. फक्त आमच्या देवघरात मात्र अजिबात पाऊलही घालायचं नाही. माझा मुलगा फार खोडकर आहे. आमच्या देवघरात मला प्राणाहूनही अधिक मौल्यवान वाटणारी एक गोष्ट मी ठेवली आहे. ती आमच्या मुलाच्या हातात पडता कामा नये. म्हणून तू त्याच्याकडे अगदी नीट लक्ष दे. या बाबतीत मात्र घरचा नियम अगदी कडक आहे.''

देवघराचं दार नेहमी बंद असे. दिवसातून केवळ दोनदा सौदामिनी व तिचा पती आत जात, दार बंद करून प्रार्थना करत आणि परत येत.

असे पुष्कळ दिवस लोटले. मल्लिकेला त्या मुलाचा चांगलाच लळा लागला होता. एक दिवस दोघे चेंडू खेळत असताना तो चेंडू चुकून खिडकीची काच फोडून देवघरात गेला. मल्लिकाने काहीही करून तो चेंडू परत आणावा, असा सौदामिनीच्या मुलाने हट्ट धरला.

मल्लिका म्हणाली, ''बाळा, अरे असं कसं करणार? तुझी आई मला रागावेल ना. कदाचित माझी नोकरीसुद्धा जाईल. तू हट्ट करू नको हं.'' पण मुलगा काही ऐकेना. अखेर मल्लिकाचा नाइलाज झाला. तिने हलकेच देवघराचं दार उघडलं व ती आत गेली. आत एका उंच कट्ट्यावर सुंदर देव्हारा होता. पण त्या देव्हाऱ्यात देवच नव्हते. त्याऐवजी तिथे सुंदर रेशमी बटवा होता. तोच तो बटवा...

मल्लिका क्षणभर चेंडूविषयी सर्व काही विसरली आणि तिने देव्हाऱ्यापाशी जाऊन तो बटवा हातात घेतला. तिला अगदी नीट आठवत होतं, नक्षीवरून ती जराशी नाराज झाली होती. अखेर सासरी पाठवणी करताना हाच बटवा तिच्या आईने तिला दिला होता. सासरच्या वाटेवर तिला एक अनाथ मुलगी भेटली होती. तिची दया येऊन तिने हा बटवा त्या मुलीला देऊन टाकला होता. त्या बटव्याकडे पाहताना तिला आपली आई, आपला पती, आपला मुलगा आणि आपल्या हरपलेल्या ऐश्वर्याची परत एकदा आठवण झाली आणि तिला रडू कोसळलं.

अचानक मागून कसलासा आवाज झाला म्हणून तिने मागे वळून पाहिले. मागे सौदामिनी उभी होती. तिच्या चेहऱ्यावर संताप स्पष्ट दिसत होता. मल्लिकाने घराचा नियम मोडला होता, शिवाय तिने तो बटवा हातात धरला होता. ते पाहून तर सौदामिनीच्या रागाला पारावार राहिला नाही.

''तू त्या बटव्याला खुशाल हात लावलास? तो एक पवित्र बटवा आहे,'' सौदामिनी तिच्या अंगावर ओरडून म्हणाली.

''पण हा तर माझा बटवा आहे.'' मल्लिका डोळ्यांत पाणी आणून म्हणाली.

"तुझं लग्न नक्की कधी झालं?" सौदामिनीने मल्लिकाची उलटतपासणी घेण्यास सुरुवात केली.

"बरोबर दहा वर्षांपूर्वी श्रावण महिन्यातील पौर्णिमेला," मल्लिका म्हणाली "मी जेव्हा सासरी निघाले होते, तेव्हा वाटेत मला एक अनाथ मुलगी भेटली. बिचारी रडत होती. तिची दया येऊन मी हा बटवा आणि त्याबरोबर इतर काही भेटवस्तू तिला दिल्या होत्या."

"पण तू कुठे चालली होतीस?"

"आम्ही मधुपुराला निघालो होतो. वाटेत पाऊस कोसळू लागला म्हणून आम्ही एका मंदिरात आडोशाला थांबलो होतो."

तिच्या तोंडचे हे शब्द ऐकताच सौदामिनीच्या डोळ्यांतून घळाघळा पाणी वाहू लागले. तिने मल्लिकाच्या जवळ येऊन तिला घट्ट मिठी मारली. "अगं, ती अनाथ मुलगी मीच होते. तुझ्या त्या बटव्यात हिरे आणि सोन्याची नाणी होती. आम्ही तुझा पुष्कळ शोध घेतला. पण मला तुझं नाव, गाव, पत्ता काहीच माहीत नव्हतं. तू आणि मी तर एकमेकींचा चेहरासुद्धा पाहिला नव्हता. तुझ्या बटव्यातील त्या संपत्तीने आमचं जीवनच बदलून गेलं. आम्ही त्या भांडवलावर स्वतःचा व्यवसाय सुरू केला. तुझ्या सदिच्छा आणि तुझ्या हृदयातील कनवाळूपणामुळेच आम्ही इतके श्रीमंत झालो आहोत. खरं तर हे सगळं वैभव, हे ऐश्वर्य तुझंच आहे. आम्ही तुझ्या या बटव्याला आमचं दैवत मानून त्याची पूजा करत आलो. आम्ही दोघे रोजच तुझी आठवण काढून तुला सुखात ठेवण्याची ईश्वराकडे प्रार्थना करत असतो."

मल्लिकाला सौदामिनीने आपली बहीण मानले आणि आपली अर्धी मालमत्ता तिच्या नावे केली. तिने देशाच्या कानाकोपऱ्यात माणसे पाठवून मल्लिकाचा पती व मुलगा यांचा शोध घेतला. अखेर त्यांचा शोध लागला व मल्लिकाला आपलं हरवलेलं कुटुंब परत मिळालं. तिचा संसार सुखासमाधानाने सुरू झाला.

मल्लिका आणि सौदामिनी यांनी आयुष्यभर एकमेकींना कधीच अंतर दिलं नाही.

◆

बुद्धिमान शिक्षक : माणिक्य

अमृतानंद आणि कपिलदेव हे दोघे एकमेकांचे जिवलग मित्र होते. ते दोघेही जमीनदार असून त्या दोघांचीही गावे शेजारी होती. अमृतानंद अत्यंत खोटारडा होता. आपल्या फायद्यासाठी आपले शब्द फिरवण्यास तो मागेपुढे पाहत नसे. कपिलदेव हा धूर्त होता. तो लोकांकडून अगदी कमी पगारात काम करून घेण्यात पटाईत होता. या अशा मार्गांनी दोघेही अल्पावधीतच अत्यंत श्रीमंत झाले होते. आपल्या कामगारांची फसवणूक करून ते त्यांना राबवून घेत असत. पण त्यांना विरोध करणारं गावात कुणीच नसल्याने गरीब बिचाऱ्या शेतमजुरांना हा अन्याय निमूटपणे सहन करण्या-वाचून दुसरा काही पर्यायच नव्हता.

एक दिवस माणिक्य नावाचा एक मुलगा कामाच्या शोधात अमृतानंदकडे आला.

गरीब मजुरांची पिळवणूक करून त्यांच्याकडून काम करून घेताना अमृतानंदला नेहमीच आनंद होत असे. त्यात एक लहान मुलगा आपण होऊन काम मागायला आला आहे हे पाहून तो अधिकच खूष झाला. त्याने विचारले, "तुझी पगाराविषयी काय अपेक्षा आहे?"

"धनी, मला पगार वगैरे काहीही नको. मला फक्त अंग टाकायला जागा हवी आहे, वर्षातून कपड्यांचे दोन जोड आणि रोज दोन वेळचं जेवण. पण..."

"काय? पगार नको?" अमृतानंदचा आनंद गगनात मावेना.

"होय, मला तुम्ही पगार देण्याची आवश्यकता नाही. मी खूप मेहनत करीन. प्रामाणिकपणे काम करीन. पण माझी एकच अट आहे. वर्षभर मी नेहमी सत्यच बोलेन, पण वर्षातून फक्त एक दिवस मी असत्य बोलेन."

त्याची ही अट ऐकून अमृतानंदला फारसं काहीच वाटलं नाही. त्याच्या मते नेहमी सत्य बोलणे हा काही सद्गुण नव्हताच. खोटं बोलणं ही गोष्ट त्याच्यासाठी इतकी सहज स्वाभाविक होती की त्या मुलाचं बोलणं त्याला मनावर घ्यावंसं वाटलं नाही. आपण तर, वर्षभर सदासर्वकाळ खोटं बोलत असतो आणि हा मुलगा वर्षातून एक दिवसच खोटं बोलण्याची परवानगी मागतोय, हे पाहून त्यानं आनंदाने त्याची ही अट मान्य करून टाकली.

माणिक्यने कामाला सुरुवात केली. तो दिवसभर काबाडकष्ट करीत असे. त्याचं काहीच मागणं नसे. अल्पावधीतच तो सर्वांचा लाडका बनला. त्याने कधी लहान-मोठी चोरी केली नाही, की आपलं काम सोडून इतर कोणत्याही गोष्टीत लक्ष घातलं नाही. तो त्या कुटुंबाचा अक्षरशः उजवा हात बनला. त्याच्या रूपानं आपल्याला जणू काही सोन्याची खाणच सापडली आहे, असं अमृतानंदला वाटलं.

त्यावर्षी पीक चांगलं आलं होतं त्यामुळे अमृतानंद व त्याची पत्नी मंदाकिनी यांनी त्याबद्दल मोठ्या मेजवानीचं आयोजन केलं. सगळ्या आप्तेष्टांना आणि मित्र-मंडळींना आपल्या घरी जेवायला बोलावलं. त्याची तयारी फार मोठ्या प्रमाणावर चालू होती.

अमृतानंदने सगळं धान्यधुन्य मोठमोठ्या गाड्यांमध्ये भरलं आणि ते घेऊन तो शहरात विकण्यासाठी गेला. घरात मेजवानीच्या निमित्ताने बऱ्याच मोठ्या प्रमाणावर निमंत्रित जमणार होते. त्यामुळे जमलेल्या सर्वांसाठी कपडेलत्ते, दागदागिने वगैरे खरेदी करून सर्वांचे डोळे दिपवून टाकण्याचा अमृतानंदचा बेत होता.

नेमका त्याच वेळी माणिक्य धावतच मंदाकिनीपाशी येऊन म्हणाला, "मालकीण-बाई, एक फार मोठी दुर्घटना घडली आहे. या संकटाला सामोरं जाण्याचं बळ देवच तुम्हाला देवो. आपले धनी शहरातून घराकडे परत येत असताना त्यांना वाटेत हृदयविकाराचा तीव्र झटका आला आणि त्यात त्यांचं निधन झालं. आता कोणत्याही क्षणी त्यांचं शव इकडे आणण्यात येईल. आता मी निघतो आणि बाकीची सगळी व्यवस्था करतो."

त्याच्या तोंडचे हे शब्द ऐकून मंदाकिनीला शोक अनावर झाला. सारं वातावरण शोकमग्न झालं. जे आप्तेष्ट आणि स्नेही मेजवानीसाठी आले होते, ते आता

अमृतानंदच्या अंतिम संस्कारांची तयारी करू लागले.

माणिक्य तेथून धावतच शहराकडे निघाला. अर्ध्या वाटेत त्याची अमृतानंदशी गाठ पडली. त्याला शहरात खूप नफा झाला होता, त्यामुळे तो गाड्या भरभरून भेटवस्तू घेऊन परत निघाला होता. त्याचा आनंद गगनात मावत नव्हता.

माणिक्य त्याला पाहून धावतच त्याच्याजवळ गेला आणि म्हणाला, "धनी, एक फार मोठी दुर्घटना घडलेली आहे. मालकीणबाईंचा सर्पदंशानं मृत्यू झालेला आहे. तुमचे आप्तेष्ट आणि मित्रमंडळी त्यांच्या अंतिम संस्कारांची तयारी करत आहेत. सगळे तुमचीच वाट पाहत आहेत. मुलंबाळं धाय मोकलून रडत आहेत. मी तुम्हाला कळवण्यासाठी धावत इकडे आलो."

अमृतानंदने सगळं सामानसुमान रस्त्यावरच सोडलं आणि तो सुन्न मन:स्थितीत घराकडे परतला. दुरूनच त्याला अंत्यसंस्काराची तयारी चालू असलेली दिसली. मुलंबाळं रडताना दिसली. सर्व नातलगांच्या चेहऱ्यावर दु:खाची कळा पसरली होती. पण त्यांनी जेव्हा अमृतानंदला पाहिलं, तेव्हा त्यांची जणू वाचा हरपल्यासारखी झाली.

अमृतानंदला याची काहीच कल्पना नव्हती. तो मोठमोठ्यांदा रडत होता, शोक करत होता, "मंदाकिनी, मी तुझ्याविना कसा राहू गं? या घराचा मुख्य आधार तूच तर होतीस."

इकडे मंदाकिनीने आपल्या पतीचा आवाज ऐकला. तिला वाटले, आपल्याला भ्रमच झालेला आहे. त्यामुळे तीही करुण रुदन करू लागली. "अमृतानंद, मी तुमच्याविना कशी जगू?"

त्यानंतर लवकरच दोघं एकमेकांच्या समोर येऊन उभे राहिले. एकमेकांना पाहून त्यांच्या तोंडातून शब्द फुटेना. हे सगळं त्या माणिक्यचं कारस्थान असल्याचं लवकरच त्यांच्या लक्षात आलं. ते अत्यंत संतापले.

थोड्याच वेळात माणिक्य परत आला. त्याला पाहून अमृतानंदच्या रागाला पारावर राहिला नाही. त्याने विचारलं, "तू हा सगळा प्रकार कशासाठी केलास? तू खोटं का बोललास? त्याचे परिणाम काय होतील, याची तुला काही कल्पना तरी आली होती का?"

माणिक्य हसून म्हणाला, "धनी, मी तुमच्याकडे कधी पगाराची मागणी केली नाही की कधी बक्षिसाची मागणी केली नाही. पण मी वर्षातून एक दिवस खोटं बोलेन असं तुम्हाला सांगितलं होतं आणि ते तुम्ही मान्यही केलं होतं. तुम्ही स्वत: तर इतरांशी रोज खोटं बोलता. त्या गोष्टीचा त्यांच्या आयुष्यावर काय परिणाम होईल, याचा विचार तुम्ही कधी केलात का?"

जमलेल्या लोकांसमोर माणिक्यने हे सगळं आपल्या मालकाला सुनावलं आणि

तो निघून गेला. अमृतानंदने शरमेने मान खाली घातली.

आता माणिक्यची नोकरी सुटल्यामुळे त्याला कपिलदेवची आठवण झाली. तो शेजारच्या गावी त्याच्याकडे जायला निघाला.

कपिलदेवला माणिक्यच्या खोटं बोलण्याविषयी समजलं होतं. पण त्याचबरोबर तो किती मेहनती, कष्टाळू आहे, याचीही त्याला कल्पना होती. माणिक्य त्याच्याकडे जाऊन पोहोचला. त्याला काम हवे होते. कपिलदेवला वाटलं आपण युक्तीने याला सहज फसवू. तो म्हणाला, ''माणिक्य, तुला कामावर ठेवण्यापूर्वी माझी एक अट आहे. तू कधीही खोटं बोलायचं नाही. एवढंच नाही, तर माझी आणखीही एक अट आहे. माझ्या अटी तू मान्य केल्यास, तरच मी तुला कामावर ठेवून घेईन.'' आपण याला दहा माणसांचं काम करायला लावू आणि तेही अगदी अत्यल्प मोबदल्यात, असा विचार कपिलदेवने केला होता.

''धनी, मी तुमच्याशी कधीही खोटे बोलणार नाही हे मी मान्य करतो. आता तुमच्या बाकीच्या अटी सांगा. त्या जर मला मान्य झाल्या तर मी तुमच्याकडे काम करीन.''

''मी तुला रोज दोनवेळा केवळ एक पानभर अन्न देईन.''

''मान्य आहे. आणखी काय अट आहे?''

''तू जर माझी नोकरी सोडून गेलास तर जाण्यापूर्वी तुला दंड म्हणून दहा सुवर्णमुद्रा द्याव्या लागतील, पण मी जर तुला काढून टाकले तर मी तुला त्याबद्दल केवळ पाचच सुवर्णमुद्रा देईन.''

माणिक्यने जरावेळ विचार केला आणि सर्व अटी मान्य करून कपिलदेवची नोकरी पत्करली.

दुसऱ्या दिवशी जेवणाच्यावेळी स्वयंपाक्याने त्याला जेवायला बोलावलं. त्याने माणिक्यसाठी हळदीचे छोटंसं पान तोडून आणलं व त्यावर तो त्याला जेवायला वाढू लागला. पण माणिक्य महाचतुर होता. त्याने जेवायला येतानाच बागेतून केळीचं भलं मोठं पान तोडून आणलं होतं. ते समोर घेऊन तो जेवायला बसला. तो स्वयंपाक्याला म्हणाला, ''आपल्या धन्यांनी घातलेल्या अटीप्रमाणे मला या पानावर मावेल इतके अन्न जेवायला वाढून द्या.''

त्याची चतुराई पाहून स्वयंपाकी थक्क झाला. इतकी वर्षे कपिलदेव आपल्याकडे काम करणाऱ्या मजुरांना अगदी लहानशा पानावर जेवू घालून त्यांना अर्धपोटी ठेवत आला होता. पण आपल्याच धन्याच्या आज्ञेनुसार त्या स्वयंपाक्याला आता माणिक्यला केळीचे पानभर अन्न वाढावे लागले. कपिलदेवसुद्धा त्यावर काहीही बोलू शकला नाही.

माणिक्य रोज बागेतून मोठ्यात मोठे केळीचे पान तोडून आणे व त्यावर

जास्तीत जास्त जेवढे अन्न मावेल तेवढे वाढून घेऊन बाहेर जाई. ते अन्न सगळे कामगार एकत्र बसून खात. हा रोजचाच प्रघात झाला.

माणिक्य हा मुळीच सरळ साधा मुलगा नाही हे एव्हाना कपिलदेवला कळून चुकलं. त्याने आता माणिक्यला मुद्दामच भारी भारी, अवजड आणि कष्टाची कामं देण्यास सुरुवात केली.

"माणिक्य, जरा नदीचा प्रवाह बदलून घे म्हणजे नदी माझ्या बागेतून जाईल." बाग घराच्या मागच्या बाजूला होती. कपिलदेवला वाटले, हे काम माणिक्य कधीच करू शकणार नाही आणि तो दंडाची रक्कम भरून निघून जाईल.

कपिलदेव आनंदाने कामासाठी निघून गेला. परत येऊन पाहतो तर काय, माणिक्यने घराची पुढची भिंतच पाडून टाकली होती. कपिलदेवाने विचारले, "हे काय चाललंय?"

"धनी, मी नदीला वाहण्यासाठी आधी वाट बनवतोय. आता मी नदीवर जाऊन तिचा प्रवाह बदलतो." हे पाहून कपिलदेव काळजीत पडला. 'आता हा आणखी काय गोंधळ घालणार आहे, कोणास ठाऊक!' असं त्याच्या मनात आलं आणि त्याने आपली ही आज्ञा मागे घेतली.

नंतरचे काही दिवस माणिक्यने नुसते आळशीपणात घालवले. तो स्वत: काही विशेष काम करत नसे. इतकंच नव्हे तर त्याचं हे वागणं पाहून बाकीचे कामगारही कामचुकारपणा करू लागले होते.

कपिलदेवला त्याचं हे वागणं पाहून मनातून चीड येत असे. अखेर एक दिवस त्याने माणिक्यला बोलावून घेतले. "माणिक्य, या घराची गच्ची फार मोठी आहे. एवढी मोठी जागा नुसती पडून आहे. तू इतका हुशार आहेस. तू असं कर, त्यावर एक सुंदर बाग कर."

आता या एवढ्या मोठ्या गच्चीत कुंड्या घेऊन जायच्या, झाडं लावायची, खतपाणी घालायचं म्हणजे चांगलं कष्टाचं काम आहे. ते या माणिक्यला काही दिवस तरी पुरेल – असं कपिलदेवला वाटलं.

पण थोड्यावेळाने तो घरात येऊन बघतो तर काय – घराच्या दिवाणखान्यात चिखल आणि माती पडत होती. हा काय प्रकार आहे ते बघण्यासाठी कपिलदेव पळतच घराच्या गच्चीवर गेला. तिथे माणिक्य कुदळीने गच्ची खणून काढत होता.

"माणिक्य, हे काय चाललंय?"

"धनी, मी आधी ही गच्ची पुरती खणून काढणार आहे. मग त्यात छान माती, खत आणून घालीन म्हणजे झाडं छान येतील."

कपिलदेवला हे सगळं सहन करणं अशक्य होतं. त्याने ताबडतोब हे काम थांबवण्यास सांगितलं.

असेच काही दिवस गेले. माणिक्यचा आळशीपणा परत सुरू झाला. नुसतं पोटभर जेवायचं, काही न करता इकडे तिकडे फिरायचं आणि बाकीच्या कामगारांच्या कामात व्यत्यय आणायचा, असे त्याचे उद्योग चालू होते.

"जा घरासाठी लाकूडफाटा तोडून आण." एक दिवस कपिलदेवने माणिक्यला आज्ञा केली. त्याला वाटलं जंगलात जाऊन झाडं तोडून हा नक्की दमून जाईल.

माणिक्यने घरच्या बागेतील उत्तमोत्तम झाडं तोडून टाकली आणि ती लाकडं घरात आणून टाकली.

कपिलदेवला हे जेव्हा कळलं तेव्हा त्याला ते असह्य झाले. त्यापेक्षा पाच सुवर्णमुद्रा देऊन याला हाकलून दिलेलं बरं, असा विचार त्याने केला.

अखेर माणिक्यला बोलावून त्याने पाच सुवर्णमुद्रा त्याच्या हातावर ठेवल्या आणि त्याला जाण्यास सांगितले.

माणिक्य त्या सुवर्णमुद्रा घेऊन निघून गेला.

त्या दोन जमीनदारांना माणिक्यने चांगलीच अद्दल घडवली.

◆

थैलीभर शब्द
(रशियन लोककथेवर आधारित)

कीर्तीकुमार हा एक उमदा, देखणा तरुण होता. पण तो खूप गरीब होता. तो रोज गावाबाहेरील कुरणात आपली मेंढरे चरण्यासाठी घेऊन जाई. त्याला संगीतात चांगली गती होती. त्याने रानातील एका बांबूपासून स्वत:च एक बासरी बनवली होती. त्याने कधीही बासरी वाजवायला सुरुवात केली की त्याची सगळी मेंढरं त्याच्यभोवती जमा होऊन मंत्रमुग्ध झाल्यासारखी त्याच्या बासरीचे सूर ऐकत. त्यानंतर ती बासरी वाजवत तो जिकडे जाईल तिकडे त्याच्या मागोमाग ती गुरे जात. त्याने रानातील वेगवेगळ्या प्राण्यांसाठी वेगवेगळ्या सुरावटीचे संगीत तयार केले होते व ते तो खास त्यांच्यासाठी वेळोवेळी वाजवत असे. ते प्राणीसुद्धा तल्लीन होऊन ते सूर ऐकत.

त्या देशाच्या राजकन्येचे नाव होते कामिनी. ती विलक्षण सुंदर होती. ती आता उपवर झाली होती. पण आपला भावी पती कसा असावा याविषयी तिच्या काही ठाम कल्पना होत्या. राजाने तिच्यासमोर कितीतरी राजपुत्र आणून उभे केले. पण ती प्रत्येकात काहीतरी दोष काढून त्याला नापसंत करी. राजा आता पुरता कंटाळून गेला होता.

एक दिवस तो राजकन्येला म्हणाला, ''तुझ्या आवडी-निवडी फारच जास्त आहेत. अखेर तुला तुझा पती निवडताना अशी अट घालावी लागेल, की जो कोणी १०० ससे सलग तीस दिवस सांभाळून दाखवेल, तोच तुझा पती होईल.'' राजा हे जरी रागाने म्हणाला असला तरी राजकन्येला मात्र ती कल्पना एकदम पसंत पडली. आपल्यासाठी अगदी तसाच पती शोधून आणावा असं तिनं राजाच्या शिपायांना फर्मान सोडलं.

शंभर ससे तीस दिवस सांभाळू शकेल असा तरुण शोधून काढण्याशिवाय राजासमोरही दुसरा काही पर्यायच नव्हता. राजाच्या शिपायांनी तशी दवंडी पिटली.

कीर्तीकुमारने ही बातमी जेव्हा ऐकली तेव्हा त्याला वाटले – चांगली संधी चालून आली आहे. आपणही का प्रयत्न करू नये? पण त्याचे हे विचार ऐकताच आजूबाजूचे लोक त्याची चेष्टा करू लागले.

कीर्तीकुमार तरीसुद्धा धीर करून राजवाड्यात आला. तो दिसण्यास जरी देखणा असला तरी त्याचे कपडे फाटकेतुटके होते. तो दरिद्री आहे हे सहज लक्षात येत

होते. त्यामुळे राजा व राणी या दोघांनीही त्याचा उपहास केला. पण कामिनी तिच्या खोलीच्या सज्जात उभी होती. तिने लांबूनच त्याला पाहिले आणि त्याच्या देखण्या रूपावर ती भाळली. खरं म्हणजे त्याला संधी देण्याची राजाची इच्छा नव्हती. पण नाहीतरी हा कुठे जिंकणार आहे? असा विचार करून राजाने आपल्या सेवकांकडे त्याला सोपवले. सेवक त्याला एका बंद खोलीपाशी घेऊन गेले. त्या खोलीत शंभर सशांना कोंडून ठेवण्यात आले होते. ते आतल्या आत सैरावैरा पळत होते, उड्या मारत होते.

कीर्तीकुमारने खोलीच्या बंद दरवाजासमोर आपल्या बासरीवर एक सुरेल धून वाजवण्यास सुरुवात केली. ती ऐकताच सर्व ससे स्तब्ध झाले. मग त्याने हलकेच खोलीचे दार उघडले आणि पाठ फिरवून तो तीच धून वाजवत चालू लागला. त्याबरोबर सर्व ससे त्याच्या पाठीमागून मंत्रमुग्ध झाल्याप्रमाणे जाऊ लागले. कीर्तीकुमार

त्यांना घेऊन गावाबाहेरील कुरणावर गेला व तेथे त्याने त्यांना चरण्यासाठी सोडले.

ही बातमी ऐकताच राजा व राणी अस्वस्थ झाले. त्यांनी एकमेकांच्यात चर्चा केली. कीर्तीकुमाराला काहीही झालं तरी यशस्वी होऊ द्यायचं नाही, त्याच्या मार्गात विघ्न आणायचं. असं त्यांनी ठरवलं. त्यांना काही इतका गरीब तरुण जावई म्हणून नको हेता. कसंतरी करून त्या शंभर सशांमधील एका सशाला पळवून आणायचं आणि लपवून ठेवायचं म्हणजे कीर्तीकुमारला राजकन्येची अट पुरी करता येणार नाही, असं त्यांनी ठरवलं.

पण इकडे राजकन्या मात्र कीर्तीकुमारच्या प्रेमात पडली होती. ती त्याच्या बासरींच्या सुरांवर भाळली होती. रोज तो सशांना चरण्यासाठी गावाबाहेरच्या कुरणात गेला की ती गुपचूप राजवाड्यातून बाहेर पडून त्याच्यामागोमाग जाई आणि त्या बासरीचं मधुर संगीत ऐकत बसे.

आपल्या आईवडिलांनी कीर्तीकुमारला यशस्वी होऊ न देण्याचा चंग बांधला असून त्यासाठी त्यांनी एक कारस्थान रचलं आहे, ही गोष्ट राजकन्येला समजली. तिने ही गोष्ट लगेच कीर्तीकुमारच्या कानावर घातली. त्याने आपला पण जिंकावा अशीच तिची इच्छा होती.

एक दिवस खुद्द राजाच शेतकऱ्याचा वेष धारण करून कीर्तीकुमारकडे आला आणि म्हणाला, "तू मला या सशांमधला एक ससा देशील? त्याच्या मोबदल्यात मी त्या सशाच्या वजनाइतकं सोनं तुला देईन."

या शेतकऱ्याकडे आपल्याला देण्यासाठी एवढं सोनं आहे याचा अर्थच तो शेतकरी नसून खुद्द राजाच असणार ही गोष्ट कीर्तीकुमारच्या लगेच लक्षात आली. तो म्हणाला, "मला तुमचं सोनं नको. पण माझी एक अट आहे. तुम्ही जर माझी खरकटी भांडी घासलीत, कपडे धुतलेत, माझे पाय चेपून दिलेत आणि माझे जोडे पुसून चमकदार केलेत तर मी तुम्हाला या सशांपैकी एक नक्की देईन."

हे ऐकून राजा मनातून फारच चिडला. पण आपलं कारस्थान यशस्वी करण्यासाठी त्याच्यापाशी दुसरा काहीही पर्यायच नव्हता. मग कीर्तीकुमारने जी काही सेवा करायला लावली ती त्याने केली व त्या मोबदल्यात त्याच्याकडून एक ससा घेऊन तो राजवाड्यात परत गेला. तो मनातून अत्यंत खूष झाला होता. त्याने ही बातमी राणीला सांगितली आणि पोत्यात बांधून आणलेला ससा तिला दाखवण्यासाठी पोत्याचे तोंड उघडले. त्याबरोबर पोत्यातील ससा टुणकन उडी मारून बाहेर आला आणि पळून गेला तो थेट कीर्तीकुमारपाशी जमलेल्या इतर सशांच्या घोळक्याकडे.

आता राजा-राणी मनातून चिडले, कारण त्यांचा बेत फसला होता.

आता परत असाच काहीतरी कुटील डाव रचण्याचे त्यांचे मनसुबे सुरू झाले.

बघता बघता तिसावा दिवस उजाडला. या खेपेला हे काम राणीने स्वत:च्या अंगावर घेतले. आपण हे काम यशस्वी करून दाखवू असा तिला विश्वास होता. तिने एका वृद्ध स्त्रीचं सोंग धारण केलं आणि कीर्तीकुमारकडे जाऊन त्याला म्हणाली, "तू मला तुझ्या सशांमधला एक ससा देशील का? मी त्याच्या वजनाच्या दुप्पट सोनं तुला देईन."

ती कोणी सर्वसामान्य स्त्री नसून खुद्द राणी आहे हे कीर्तीकुमारने लगेच

ओळखलं. तो तिला म्हणाला, ''मला तुमचं सोनं वगैरे काही नको. तुम्ही फक्त माझे फाटके कपडे शिवा, स्वयंपाक करून मला जेवायला वाढा आणि माझे केस कापून द्या म्हणजे मी एक ससा तुम्हाला देईन.''

दुसरा काहीही पर्याय नसल्याने राणीने त्याच्या अटी मान्य केल्या, त्याची सेवा करून त्या मोबदल्यात एक ससा मिळवला.

तो ससा काळजीपूर्वक पोत्यात घालून पोत्याचं तोंड व्यवस्थित बांधून ती आपल्या राजवाड्यात परत आली. आपल्या महालातील शयनकक्षात तिने ते पोतं नेलं. तिने सर्व दारं-खिडक्या बंद करून कक्षाच्या मधोमध असलेल्या मेजावर तिने तो ससा ठेवला. तिला स्वतःचा अत्यंत अभिमान वाटत होता. तो ससा मिळवण्यासाठी आपल्याला कीर्तीकुमारची काय काय कामं करावी लागली याचा उल्लेखही न करता तिने खूप बढाया मारण्यास सुरुवात केली.

आपण कीर्तीकुमारच्या मार्गात व्यवस्थित विघ्न आणले असल्यामुळे हा विवाह आता होऊ शकणार नाही, अशी राजा-राणीची खात्रीच पटली. आपला हा आनंद साजरा करण्यासाठी राजाने खिडकी उघडून स्वयंपाक्याला बोलावलं व त्याला उत्तमोत्तम पंचपक्वान्नाचं जेवण बनवण्याची आज्ञा दिली. पण इतक्यात खोलीतील ससा खिडकीतून उडी मारून पळून गेला तो कीर्तीमकुमारकडच्या सशांमध्ये जाऊन बसला.

राजा-राणी अवाक् झाले. त्यांना काय करावे ते समजेना.

सकाळी कीर्तीकुमार राजकन्येचा हात मागण्यासाठी आला. राणीने आता वेगळीच खेळी खेळण्याचं ठरवलं. तिने त्याला दुसऱ्या दिवशी सकाळी राजदरबारात येण्यास सांगितले.

दुसऱ्या दिवशी दरबारात जमलेल्या सर्व सरदारांसमोर ती त्याला म्हणाली, ''तू महाराजांची अट तर पूर्ण केलीस. पण अजून माझी अट पूर्ण केली नाहीस. ती अट जर तू पूर्ण केलीस तर तू राजकन्येशी विवाह करू शकशील. मी तुला तीन थैल्या देते. त्या रिकाम्या थैल्या तू आपल्या बोलण्याने म्हणजेच आपल्या शब्दांनी भरून टाकल्या पाहिजेस. थैल्या भरल्या की आम्ही तुला सांगूच.''

कीर्तीकुमारने थोडा विरोध करून पाहिला. ''हे काही बरोबर नाही. आधी आपलं असं काही ठरलं नव्हतं.'' पण राणी ऐकायला तयार नव्हती. अखेर त्याने तीही अट मान्य केली.

कीर्तीकुमारने पहिली थैली उघडली व त्यात तोंड खुपसून भर दरबारात मोठ्या आवाजात सर्वांसमोर बोलण्यास सुरुवात केली, ''एकेकाळी एका देशाचा एक राजा होता. तो खूप बलाढ्य होता. सर्वजण त्याला घाबरत. त्याचं सगळं ऐकत. त्याच्या राजवाड्यात हजारो नोकरचाकर होते. पण एकदा त्याने एका गरीब मुलाचे मळके

फाटके कपडे धुतले, त्याचे घाणेरडे पाय चेपून दिले, त्याच्या जोड्यांना घासून चमक आणली. त्याचं असं झालं....''

त्याबरोबर राजा जोरात ओरडला, ''थैली भरली. थैली भरली.''

''पण अजून खूप काही सांगायचं बाकी आहे.'' कीर्तीकुमार म्हणाला.

''थैली भरली म्हणून मी सांगितलं ना... आता पुरे,'' राजा म्हणाला आणि त्याने आपल्या हातांनी थैलीचं तोंड बांधून टाकलं.

कीर्तीकुमारने तातडीने दुसरी थैली उघडली व त्यात तोंड खुपसून तो मोठमोठ्यांदा कथा सांगू लागला, ''एका देशाची एक सुप्रसिद्ध महाराणी होती. ती तर आपल्या महाराजांवरसुद्धा अधिकार गाजवायची. पण एक दिवस मात्र तिने एका गरीब मुलासाठी स्वत: स्वयंपाक केला, त्याचे फाटके कपडे शिवले, त्याचे केस कापले, त्याचं असं झालं..''

''पुरे, पुरे!'' राणी ओरडली आणि तिने उठून त्याच्या हातातील थैली हिसकावून घेतली व तिचे तोंड बांधून टाकले.

कीर्तीकुमारने ताबडतोब तिसऱ्या थैलीचे तोंड उघडून त्यात डोके घालून बोलण्यास सुरुवात केली. ''एक राजकन्या होती. ती अतिशय सुंदर होती. ती एका गरीब तरुणाच्या प्रेमात पडली. ती रोज त्याला भेटायला गावाबाहेरच्या टेकडीवर जायची...''

त्याचे ते शब्द ऐकताच राजा-राणी दोघे एकदम उठले आणि "पुरे, पुरे!" असं म्हणून त्यांनी तिसरी थैली त्याच्याकडून काढून घेतली. आपल्या स्वत:च्या मुलीने आपल्या पाठीमागे या कीर्तीकुमारच्या चोरून भेटी घेतल्या, अटी पूर्ण होण्याआधीच ती त्याच्या प्रेमात पडली ही गोष्ट निदान दरबारातील इतर कोणाला कळू नये, असं त्यांना वाटलं.

अशा रीतीने कीर्तीकुमारने आपल्या शब्दांनी तीनही थैल्या भरून राणीची अटही पूर्ण केली. त्याचे व राजकन्येचे थाटामाटात लग्न लावण्यात आले.

◆

गुप्त खजिना

खूप खूप वर्षांपूर्वीची गोष्ट. महादेवपट्टण नावाच्या गावात मकरंद नावाचा गृहस्थ राहत होता. तो खूप धूर्त आणि कावेबाज होता. त्याचं एक दुकान होतं. त्याचा एक मित्र होता – मिहीर. या मिहीरची बऱ्याच दिवसांपासून काशीयात्रेला जाण्याची इच्छा होती. तो त्याची तयारीही करत होता.

मिहीरने शंभर सुवर्णमुद्रा साठवल्या होत्या. गावाला जाण्यापूर्वी त्या कोणाजवळ तरी सुरक्षित ठेवायला द्याव्या आणि गावाहून आल्यावर त्या व्यक्तींकडून त्या परत घ्याव्या, असा त्याचा बेत होता. दुसऱ्या दिवशी तो मकरंदच्या दुकानात गेला. त्याच्याशी थोडावेळ गप्पा मारून झाल्यावर तो म्हणाला, "तू माझ्या सुवर्णमुद्रा थोडे दिवस नीट सांभाळून ठेवशील का? माझी ही आयुष्यभराची पुंजी आहे."

त्यावर मकरंद म्हणाला, "कोणत्याही नात्यात विष कालवणारी गोष्ट म्हणजे पैसा. तू नीट विचार कर."

त्यांचं असं बोलणं चालू असतानाच एक स्त्री दुकानात काहीतरी खरेदी करण्यासाठी आली होती. दुकानातील नोकराने हिशेबात काहीतरी गोंधळ केला होता आणि चुकून तिच्याकडून जादा पैसे घेतले होते. मकरंदच्या ही गोष्ट लक्षात येताच त्याने आपल्या नोकराला ते पैसे घेऊन त्या स्त्रीच्या घरी पाठवले.

"दुसऱ्याच्या पैशाचा गैरफायदा कधी घेऊ नये. इतरांच्या संपत्तीवर डोळा ठेवणे बरोबर नाही. जे काही स्वत: कमावले असेल, तेच खरे आपले!" मकरंद दुकानातील नोकरांना उपेदश करत म्हणाला.

हा सर्व प्रकार मिहीरच्या डोळ्यासमोरच घडला. मकरंद हा अत्यंत प्रामाणिक माणूस आहे अशी त्याची खात्रीच पटली. आपले पैसे त्याच्याकडे अगदी सुरक्षित राहू शकतील असा त्याला ठाम विश्वास वाटला. तो म्हणाला, "मकरंद, माझा तुझ्यावर विश्वास आहे. तुझ्यापाशी माझी पुंजी ठेवून मी सुखाने काशीयात्रेला जाईन."

"तसं जर असेल तर आपण एक काम करू. आपण ते पैसे घेऊन गावाबाहेर जाऊ आणि एखाद्या ठिकाणी ते लपवून ठेवू. नाहीतरी माझंही आता वय होत चाललंय. तू परत आलास आणि समजा त्यावेळी मी या जगात नसलो, तर? मग तू त्या ठिकाणी जाऊन ते पैसे आपले आपण घेऊन येऊ शकशील."

मिहीरला ती गोष्ट पटली. दोघेही गावाबाहेरील वडाच्या झाडापाशी गेले आणि तेथे जमिनीत एक खोल खड्डा खणून त्यात ते पैसे पुरून ठेवले. त्यानंतर मिहीर सुखासमाधानाने काशीयात्रेला निघून गेला. बरोबर सहा महिन्यांनी तो यात्रेहून परत आला आणि थेट आपले पैसे काढून घेण्यासाठी एकटाच गावाबाहेर असलेल्या त्या विशिष्ट झाडापाशी गेला.

सहा महिन्यांपूर्वी बुजवलेल्या खड्ड्यातील माती त्याने पुन्हा उकरली. पाहतो तर काय, आत काहीच नव्हतं. तो आता काळजीत पडला. तो तसाच मकरंदकडे जाऊन म्हणाला, "अरे मकरंद, आपण दोघांनी मिळून माझे पैसे विशिष्ट ठिकाणी दडवून ठेवले होते, पण आता ते गायब झाले आहेत. त्या पैशांविषयी फक्त तुला आणि मलाच माहीत होतं."

मकरंद शांतपणे म्हणाला, "तू यात्रेला गेल्यानंतर मी परत त्या जागी फिरकलोसुद्धा नाही. मला तर काहीच माहीत नाही."

खरं म्हणजे मकरंदने धूर्तपणे योजनापूर्वक सर्व काही बनाव घडवून आणला होता. आपल्या नोकराला पाठवून त्या स्त्रीच्या हिशेबात गोंधळ केला होता आणि नंतर आपला प्रामाणिकपणा सिद्ध करण्यासाठी आपल्या नोकराकरवी तिचे पैसे परत केले होते. आपल्या अशा वागण्याची मिहीरवर चांगलीच छाप पडेल याची त्याला पूर्ण कल्पना होती. पण प्रत्यक्षात मात्र मिहीर काशीयात्रेला गेल्यावर मकरंदनेच गावाबाहेरच्या झाडापाशी जाऊन ते पैसे चोरले होते.

मिहीर कोड्यात पडला. त्याला काय करावं ते सुचेना. घडल्या घटनेला कोणीच साक्षीदार नव्हता. उदास चेहऱ्याने तो घरी परत निघाला. वाटेत त्याच्या ओळखीची एक वृद्ध स्त्री त्याला भेटली. तिचे नाव गंगम्मा. मिहीरचा उतरलेला चेहरा पाहून ती म्हणाली, "काय झालं रे?" त्यावर मिहीरने घडलेली सर्व हकिकत तिला सांगितली.

ती ऐकताच गंगम्मा मोठ्यांदा हसून म्हणाली, ''एवढंच ना, मी तर हे प्रकरण चुटकीसरशी सोडवून दाखवीन.'' त्यानंतर तिने मिहीरला ती युक्ती सांगितली.

ती घरी गेली. तिने एक संदूक घेतली व ती थेट मकरंदकडे गेली.

''मकरंद तू प्रामाणिक मनुष्य आहेस. तू आजवर कोणाच्याही पैशांवर कधीच डोळा ठेवला नाहीस. त्यामुळे आज मी या दोनशे सुवर्णमुद्रा तुझ्याकडे ठेवण्यासाठी आणल्या आहेत. तुला माहीतच आहे, माझा मुलगा काशीला गेला आहे. तो अजून परत आलेला नाही. मला आता काळजी वाटू लागली आहे, म्हणून मी स्वतःच त्याला भेटायला काशीला निघाले आहे. ही एवढी रक्कम मी बरोबर कशी काय नेणार? वाटेत चोराचिलटांचं भय आहे.''

ते ऐकून मकरंद फार खूष झाला. याचा अर्थ एकच होता. मिहीरने स्वतःचे पैसे गहाळ झाल्याची गोष्ट गावात अजून कोणालाही सांगितलेली दिसत नव्हती. मकरंदवर त्याने ठपकाही ठेवला नव्हता.

नेमकं गंगम्माचं व त्याचं हे बोलणं चालू असतानाच मिहीर तेथे आला आणि म्हणाला, ''मी तुझ्याकडे ठेवायला दिलेले पैसे...'' त्याचं ते वाक्य पूर्ण होण्याआधीच मकरंद घाईघाईने म्हणाला,

''अरे हो, मी तुला तेच सांगायला निघालो होतो. तुझे पैसे मला त्या झाडाखालच्या खड्ड्यात मिळाले. अरे तू चुकीच्या ठिकाणी शोधलं असणार. थांब हं, मी ते तुला देतो!''

असं म्हणून त्याने घरातून घाईने मकरंदच्या पैशांची पुरचुंडी आणून त्याच्या स्वाधीन केली. आता जर मिहीरच्या पैशांची गोष्ट गंगम्मासमोर उघडकीला आली तर ती स्वतःच्या दोनशे सुवर्णमुद्रा आपल्याकडे ठेवायला देणार नाही व आपलं मोठंच

नुकसान होईल, त्यापेक्षा मिहीरच्या शंभर सुवर्णमुद्रा परत केलेल्या बऱ्या – असा हिशोब त्याने मनाशी केला.

गंगम्मा मिहीरकडे बघून म्हणाली, "अरे मिहीर, तू नुकताच काशीहून परत आलास ना? मग तिथे तुला माझा मुलगा भेटला का? मी त्याला शोधायला आता तिकडेच निघाले आहे."

मिहीर हातातील सुवर्णमुद्रांची पुरचुंडी घट्ट पकडून म्हणाला, "आजी, बरं झालं इथेच भेटलात. अहो, मी इथून तुमच्याकडेच निघालो होतो. मला तुमचा मुलगा भेटला होता. तो अगदी खुशाल आहे. पुढच्याच आठवड्यात तो घरी पोहोचतो आहे."

"अरे वा! ही तर फारच चांगली बातमी आणलीस तू. बरं झालं, माझा केवढा मोठा प्रवास वाचला." गंगम्मा हातातील संदूक घट्ट पकडून उठली. ती मकरंदकडे वळून म्हणाली, "बरं झालं मकरंद, आता तुझ्यावर माझे हे पैसे सांभाळण्याची जोखीमही टाकायला नको. मी आता घरी जाते. पुढच्या आठवड्यात माझा मुलगा परत येणार आहे. केवढीतरी तयारी करायची आहे. घर साफ करायचं आहे..." असं पुटपुटत हातात आपली पैशांची संदूक पकडून ती निघून गेली. मिहीरही आपली पैशांची पुरचुंडी घेऊन निघून गेला.

मकरंद हताश होऊन त्या दोघांकडे बघतच राहिला.

✦

पुरुषद्वेष्टी

खूपखूप वर्षांपूर्वीची गोष्ट. चंदलपुरा नगरीची राजकन्या होती – शशीमुखी. ही नावाप्रमाणे सुंदर होती आणि अत्यंत बुद्धिमान होती. अनेक राजपुत्रांनी तिला लग्नाची मागणी घातली. पण ती मात्र कोणाचाही पती म्हणून स्वीकार करण्यास तयार नव्हती. ती खरंतर उपवर झाली होती. पण तिला पुरुषजातीचा तिटकारा होता. पुरुषाची सावली पडलेलीसुद्धा तिला चालत नसे. तिच्या राजवाड्यात एकही पुरुष नोकर नव्हता. राजवाड्यात खुद्द राजा वगळता कोणाही पुरुषाचा वावर नव्हता. राजा धीरजसिंह याने आपल्या मुलीचं पुरुषजातीविषयीचं मत बदलण्यासाठी कितीतरी प्रयत्न केले. पण त्याला त्यात यश आलं नाही.

हेमंत हा भानुपुरा राज्याचा राजपुत्र होता. तो देखणा, बुद्धिमान आणि साहसी होता. एकदा त्याने राजकन्या शशीमुखीचं एका चित्रकाराने चितारलेलं चित्र पाहिलं आणि तो तिच्या प्रेमात पडला. ती पुरुषद्वेष्टी असल्याचंही त्याच्या कानावार आलंच होतं. पण कसंही करून आपण तिचं मन जिंकायचं असा त्यानं मनोमन ठाम निर्धार केला होता. आपण स्वत: चंदलपुराला जायचं आणि राजकन्येची प्रत्यक्ष भेट घ्यायची असं ठरवून तो निघाला.

तो साध्यासुध्या प्रवाशाच्या वेशात तेथे पोहोचला. चंदलपुरानगरीत गेल्यावर तो एका अतिथीगृहात उतरला. ते एका वृद्ध स्त्रीच्या मालकीचं होतं. त्याने तेथे जाताच त्या वृद्धेला एक मौल्यवान भेटवस्तू देऊन तिचं मन जिंकून घेतलं. या उमद्या प्रवासी तरुणाविषयी तिचं एकदम अनुकूल मत झालं. तीच स्त्री रोज सकाळी राजवाड्यात राजकन्येकडे फुलांचे हार घेऊन जात असे. त्यामुळे राजकन्येचा महाल तिला आतून बाहेरून व्यवस्थित माहीत होता.

प्रवाशाच्या वेषातील राजपुत्राने त्या वृद्धेला प्रश्न केला, ''ही राजकन्या शशीमुखी पुरुष जातीचा एवढा तिटकारा का बरं करते?''

''त्याच्या मागे एक कहाणी आहे. राजकन्या शशीमुखीची आई फार लवकर वारली. एका दाईने तिला लहानाचं मोठं केलं. ती दाई तिला रोज एकच कथा सांगत असे. ती कथा ऐकल्यामुळे राजकन्या अशी पुरुषद्वेष्टी झाली आहे.''

''अशी कुठली कथा होती ती?'' राजपुत्राने विचारले. ज्या कथेने राजकन्येच्या मनावर एवढा मोठा परिणाम घडवून आणला ती कथा ऐकण्याची त्याला आता उत्सुकता वाटत होती.

"ही कथा दोन मिना पक्ष्यांची आहे. खूप खूप वर्षांपूर्वी दंडकारण्यात एक मिना पक्षांची जोडी राहत असे. त्यांना पिल्लंही होती. पक्षी आणि पक्षीण यांचं एकमेकांवर निरतिशय प्रेम हेतं. एकदा रानात अचानक वणवा पेटला. पक्षीण पक्ष्याला म्हणाली, "चल, आपण आपल्या पिल्लांना घेऊन कुठेतरी दूर निघून जाऊ."

त्यावर पक्षी म्हणाला, "आपण रानातील सर्वात उंच झाडाच्या शेंड्यावर बसलो आहोत. त्या वणव्याची झळ आपल्याला मुळीच पोहोचणार नाही. काळजी नको करू."

पक्षिणीचा त्याच्या बोलण्यावर विश्वास बसला आणि ती तिथेच बसून राहिली. पण वणवा अधिक भडकला. त्याच्या ज्वाला त्यांच्या घरट्यापर्यंत जाऊन भिडल्या. पक्षिणीने घाबरून आपल्या पतीकडे पाहिले, तो काय – तो केव्हाच स्वत:चा जीव वाचवण्यासाठी उडून गेला होता. अखेर त्या ज्वालांनी पक्षिणीचा आणि तिच्या पिलांचा बळी घेतला." ही कथा बालपणापासून वारंवार ऐकल्यामुळे आमच्या राजकन्येची अशी समजूत होऊन बसली आहे, की आपण स्वत:च गतजन्मी ती मिना पक्षीण होतो व आपल्या पतीने आपली अशी घोर फसवणूक केली आहे. सर्व पुरुष क्रूर व स्वार्थी असतात असंच तिला वाटतं."

राजपुत्र हेमंत हे ऐकून स्वत:शीच हसला. त्याने काही काळ मनाशी विचार केला.

दुसऱ्या दिवशी सकाळी तो थेट राजाला भेटायला गेला आणि म्हणाला, "महाराज, मी भानुपुरा देशाचा राजपुत्र आहे. मी आजवर खूप प्रवास केला आहे. मला कथाकथनाची फार आवड आहे. माझ्यापाशी हजारो कथांचा साठा आहे. मी तुम्हाला काही कथा सांगू इच्छितो."

राजवाड्यातील सर्वांनाच आता त्याच्या कथा ऐकण्याची विलक्षण उत्सुकता वाटू लागली. त्यात राजकन्या शशीमुखी हिचाही समावेश होता. पण राजकन्या आपला चेहरा कोणत्याही परक्या पुरुषाला दाखवत नसे, त्यामुळे दरबारात एक चिकाचा पडदा सोडण्यात आला होता. त्या पाठीमागे राजकन्या येऊन बसली. राजपुत्राच्या कथाकथनाच्या कार्यक्रमासाठी खूप लोक जमले.

कथाकथनाला सुरुवात करण्यापूर्वी राजपुत्र राजाला म्हणाला, ''महाराज, मी कथाकथनाला आता प्रारंभ करतो. पण तत्पूर्वी माझी एक अट आहे. मी माझी आई सोडून दुसऱ्या कोणत्याही स्त्रीचं तोंडसुद्धा बघत नाही की परस्त्रीशी बोलतसुद्धा नाही. मला स्त्री जातीचा तिटकारा आहे. त्यामुळे माझ्या कथा कोणत्याही स्त्रीने ऐकायच्या नाहीत, अशी माझी अट आहे.''

''पण त्याचं कारण काय?'' राजाने विचारले.

''ती एक मोठीच कहाणी आहे. मी लहान असताना मला एक साधू भेटला. तो कोणाच्याही गतजन्मीची हकिकत सांगू शकत असे. त्याने मला असं सांगितलं की मी गतजन्मी मिना पक्षी होतो. माझं माझ्या पत्नीवर निरतिशय प्रेम होतं. आमचा संसार खूप सुखात चालला होता. आमची लहान पिलं होती. आम्ही त्यावेळी दंडकारण्यात राहत होतो. एक दिवस रानात मोठाच वणवा पेटला. त्यावेळी मी माझ्या पत्नीला म्हणालो, ''चल, आपण पिलांना घेऊन दूर सुरक्षित स्थळी निघून जाऊ.'' त्यावर ती म्हणाली, ''कशाला? आपण रानातील सर्वांत उंच झाडाच्या शेंड्यावर आहोत. आपण इथे सुरक्षित आहोत. आपल्याला आगीचं भय नाही. काळजी नको करू.''

''मी माझ्या पत्नीवर विश्वास ठेवून शांत राहिलो. पण अखेर त्या ज्वाला आमच्या घरट्याला येऊन भिडल्या. मी मागे वळून पाहिले तर माझी पत्नी एकटीच उडून गेली होती. त्या आगीत माझा आणि माझ्या मुलांचा अंत झाला. त्यामुळेच माझी आई वगळता बाकी सर्वच्या सर्व स्त्रियांचा मी तिटकारा करतो. सर्व स्त्रिया अत्यंत स्वार्थी असतात असं माझं मत आहे.

''मी स्वत: मात्र पुण्यवान आहे. मी गेल्या जन्मी एक सालस व सदाचरणी पती असल्यामुळेच मला राजपुत्राचा जन्म मिळाला. माझ्या पत्नीने कोणाचा जन्म घेतला आहे, कोणास ठाऊक. पण एक मात्र नक्की आपल्या स्वार्थीपणाची शिक्षा तिला या जन्मी नक्कीच मिळत असणार. ती खूप दु:खात असणार.''

चिकाच्या पडद्याआड बसलेली शशीमुखी अचानक पडदा बाजूला करून बाहेर आली. ती राजपुत्र हेमंताकडे पाहत ओरडून म्हणाली, ''मुळीच नाही. हे खरं नाही. आगीत जळून मी भस्मसात झाले होते, तुम्ही नाही. माझ्या सालस व सदाचरणी वृत्तीमुळे मला राजकन्येचा जन्म मिळाला आहे.''

राजपुत्र हेमंतला राजकन्या शशीमुखी प्रत्यक्षात पाहायला मिळाली. ती तिच्या तैलचित्रापेक्षा कितीतरी पटींनी सुंदर होती. राजपुत्र तिला विरोध करत म्हणाला, ''मुळीच नाही. आगीत जळून भस्मसात तर मी झालो होतो.''

मग दोघांचं चांगलंच भांडण जुंपलं. अखेर राजा मध्ये पडला. त्याने त्यांना थांबवलं आणि म्हणाला, ''तुम्ही भांडू नका. यावरून एक गोष्ट तर सिद्ध झालीच आहे, की गेल्या जन्मी तुम्ही पती-पत्नी होता. कदाचित वणवा पेटल्यावर खूप गोंधळ उडाला असेल. त्यात तुमची ताटातूट झाली असेल. प्रत्येकाला असंच वाटलं असेल, की दुसरा आपल्याला सोडून गेला, तुमची भेट झाली नसेल. तेव्हा आता असं करा ताबडतोब विवाह करा आणि या जन्मी परस्परांना सुखी करा.''

अखेर राजकन्येला वडिलांचं म्हणणं पटलं. तिने आपला पुरुषद्वेष्टेपणा सोडून दिला आणि राजपुत्र हेमंतचा पती म्हणून स्वीकार केला. त्यानंतर ते सुखाने राहू लागले.

◆

वधूसंशोधन

धनगुप्त हा कपिलनगरातील एक धनाढ्य व्यापारी होता. देशातील सर्व लोक त्याला ओळखत. त्याला एकुलता एक मुलगा होता. त्याचं नाव यशोधन. यशोधन हे धनगुप्तला उतारवयात झालेले अपत्य असल्याने तो फार लाडाकोडात वाढला होता. तो जेव्हा लग्नाच्या वयाचा झाला तेव्हा तो आपल्या वडिलांना म्हणाला, "पिताजी, मी माझ्या पत्नीची निवड स्वत:च करीन. मला बुद्धिमान पत्नी हवी. शिवाय ती उधळी असता कामा नये. ती नीतिमूल्यांचं पालन करून वागणारी असली पाहिजे. तरच आपलं हे घर व्यवस्थित चालेल. तुम्ही मला एक रथ, एक नोकर आणि चार घोडे द्या. मी देशभर भ्रमंती करून एका सुयोग्य वधूला घेऊन घरी येईन."

अशा रीतीने यशोधन आपल्या रथात बसून या गावाहून त्या गावाला वधूसाठी संशोधन करत निघाला. त्याच्यासमोर कोणीही आपली उपवर मुलगी घेऊन आलं की तो त्या मुलीला एक मापटंभर भात (टरफलं न काढलेला तांदूळ) देऊन म्हणायचा, "हा मापटंभर भात घे आणि यातून मला चांगलं साग्रसंगीत जेवण रांधून वाढ. एक लक्षात ठेव – यापेक्षा अधिक पैसे खर्च करून काही बनवायचं नाही."

आपण विख्यात धनाढ्य व्यापारी धनगुप्ताचा मुलगा आहोत ही गोष्ट तो मुद्दामच उघड करत नसे.

यशोधन दिसायला उमदा, देखणा होता. शिवाय तो चार घोड्यांच्या रथात बसून आला होता. त्याच्यासोबत एक नोकरसुद्धा होता. ज्या ज्या माणसांना उपवर मुली होत्या त्यांना आपल्या मुलींसाठी हा अगदी सुयोग्य वर आहे असं वाटे. पण त्यांनी त्याची अट ऐकल्यावर मात्र त्यांना वाटे, हा मुलगा स्वभावाने अगदी विचित्र असला पाहिजे. तो एकदम कंजूष असणार, अशी त्यांची खात्रीच पटायची आणि ते त्याच्याकडून मापटंभर भात घेऊन आपल्या मुलीला त्याच्यासठी जेवण बनवायला सांगायला तयारच व्हायचे नाहीत.

असाच फिरत फिरत तो एका छोट्याशा गावाजवळ आला. गावाबाहेर एक लहानशी झोपडी होती. त्या झोपडीत एक वडील व त्यांची मुलगी असे दोघे राहत होते. तेजस्विनी दिसायला खूप सुंदर आणि हुशार, तरतरीत होती. यशोधनने तिला मापटंभर भात देऊ केला आणि त्यापासून साग्रसंगीत स्वयंपाक करून दाखवण्याची अट घातली.

तेजस्विनी हसून म्हणाली, "एवढंच ना? त्यात काहीच कठीण नाही."

यशोधन खूप दमला होता. त्यामुळे तो झोपडीबाहेरच खाटेवर झोपून गेला. थोड्या वेळाने जेवण तयार झाल्यावर तेजस्विनीने त्याला आत बोलावलं.

तो आत जाऊन पाहातो तर काय, अगदी साग्रसंगीत स्वयंपाक तयार होता! एक मापटंभर भातापासून एवढे विविध प्रकारचे पदार्थ तेजस्विनीने कसे काय बनवले असावे, असा यशोधनला प्रश्न पडला. त्याने तसं विचारताच तेजस्विनी म्हणाली,

"तुम्ही दिलेला भात कांडल्यावर त्यातून तांदूळ मिळाले. ते मी घरीच ठेवले आणि राहिलेली फोलकटं घेऊन जवाहिऱ्याकडे गेले. जवाहिऱ्याला त्याच्या कामासाठी नेहमी भाताची फोलकटं लागतात, हे मला माहीत होतं. त्याने ती विकत घेऊन मला पैसे दिले. ते पैसे घेऊन मी बाजारात गेले आणि डाळ आणि दही घेऊन घरी आले. घरात सडलेले जे तांदूळ होते त्यातले थोडेसे मी विकले आणि त्या पैशातून भाजीपाला, तेल, मसाला वगैरे गोष्टी विकत आणल्या. त्यामुळेच मी एक पैचाही खर्च न करता तुम्ही दिलेल्या भाताचा उपयोग करून हे सगळं जेवण रांधलं आहे."

यशोधन ते ऐकून फार प्रसन्न झाला. जेवण खरोखरच रुचकर होतं. तो म्हणाला, "तेजस्विनी, तू केलेला स्वयंपाक तर अगदी स्वादिष्ट होता. शिवाय तू ज्या पद्धतीने माझा पण पूर्ण करून दाखवलास, त्यामुळे तर मला फारच आनंद झाला आहे. कपिलनगरातील ज्येष्ठ व्यापारी धनगुप्त यांचा मी मुलगा. माझं नाव यशोधन. माझी तुझ्याशी विवाह करण्याची इच्छा आहे."

त्याला वाटलं, आपली इच्छा ऐकताच तेजस्विनी हर्षभरित होईल. पण तसं

काहीच झालं नाही. उलट ती म्हणाली, ''पण मला नाही तुमच्याशी विवाह करायचा!''

''काय? पण असं का? इतक्या बड्या व्यापाऱ्याची सून व्हायला तुला आवडणार नाही का?'' यशोधन निराशेनं म्हणाला. त्याला वाटलं, असं म्हटल्यावर आता तरी तिला आपल्याशी लग्न करण्याचा मोह होईल.

पण तेजस्विनी आपल्या मताशी ठाम होती. ती म्हणाली,
''तुमचे वडील खूप महान असतील, पण तुम्ही मात्र तसे मुळीच नाही. तुम्ही तुमच्याबरोबर आलेल्या नोकराचाही विचार केला नाही आणि तुम्हाला इथपर्यंत घेऊन आलेल्या तुमच्या घोड्यांचाही नाही. ज्या स्त्रीने रांधून तुम्हाला वाढलं, ती स्वत: जेवली आहे की नाही याची चौकशीसुद्धा केली नाहीत तुम्ही! तुम्ही स्वार्थी आहात. भावना म्हणजे काय, हेही तुम्हाला कळत नाही. एका माणसाने दुसऱ्या माणसांविषयी, इतकंच नव्हे तर प्राण्यांविषयीसुद्धा कळकळ दाखवली पाहिजे. तुम्ही श्रीमंत आहात. मी पडले एका गरीब वडिलांची मुलगी. पण मला अशा स्वार्थी माणसाशी लग्न नाही करायचं!''

तिचे ते शब्द ऐकून यशोधन नि:शब्द होऊन नुसता उभा राहिला. त्याच्या चेहऱ्यावर अपराधीपणाची भावना स्पष्ट उमटली होती. आजपर्यंत आयुष्यात तो पैशालाच आपलं सर्वस्व मानत आला होता. पण आज मात्र एका तरुण मुलीनं त्याला आयुष्यभरासाठी धडा शिकवला होता.

◆

चतुर राजेंद्र

राजेंद्र हा एक कुशाग्र बुद्धीचा मुलगा होता. पण दुर्दैवाने त्याचे आईवडील त्याच्या लहानपणीच एका अपघातात निधन पावले होते. त्याला चार काका होते. त्यांच्या घराजवळच ते राहत. पण त्यांना राजेंद्र मुळीच आवडत नसे. ते त्याला पुष्कळ त्रास देत. त्याचा दुस्वास करत असत. सतत त्याच्या वाईटाचा विचार करत असत.

राजेंद्रला या गोष्टीची पूर्ण कल्पना होती, त्यामुळेच तो त्यांच्यापासून चार हात लांबच राहत असे. आपल्या बकरीचे दूध विकून आपला उदरनिर्वाह करीत असे आणि एका लहानशा झोपडीत राहत असे. एक दिवस तो बाजारातून घरी आला. पाहतो तर काय – कुणीतरी त्याची बकरी चोरून नेली होती. त्याच्या चार काकांनी मिळून ती बकरी चोरली होती आणि शेजाऱ्यांच्या गोठ्यात बांधून ठेवली होती. त्या गोठ्यात शेजाऱ्यांच्या बऱ्याच बकऱ्या बांधलेल्या होत्या. शेजाऱ्याचे नाव होते भद्र. तो एक खाटीक होता. त्याने चुकून स्वतःकडच्या बकऱ्यांबरोबर राजेंद्रच्या बकरीलाही मारले आणि तिचे मांस आपल्या दुकानात विक्रीसाठी नेऊन ठेवले. त्या बकरीच्या गळ्यातील घंटा त्याने गोठ्याबाहेर फेकून दिली.

राजेंद्रला ती घंटा सापडली. आपल्या लाडक्या बकरीच्या गळ्यातील ती घंटा त्याने लगेच ओळखली. आपल्या बकरीचं काय झालं असणार, हे त्याच्या लगेच लक्षात आलं. त्याला अतोनात दु:ख झालं. तो न्याय मागण्यासाठी भद्रच्या घरी गेला.

एव्हाना आपल्या हातून अजाणता घडलेली चूक भद्रच्या लक्षात आली होती व तो मनातून घाबरला होता. त्याला वाटले राजेंद्र आता गावात जाणार आणि सगळ्या लोकांना सांगणार, ''जर तुमची बकरी चोरीला गेली असेल, तर ती नक्की भद्रनेच चोरलेली असणार!''

तो गयावया करत राजेंद्रला म्हणाला, ''माझ्या हातून नकळत चूक घडली आहे. पण तू त्याबद्दल कोणलाही काही सांगू नको. बाजारात माझं चांगलं नाव आहे. मी तुझ्या बकरीच्या किंमतीच्या दहापट रक्कम तुला ताबडतोब देतो.'' असं म्हणून त्याने राजेंद्रला पैसे दिले.

राजेंद्रची एकुलती एक बकरी चोरीला गेल्यामुळे तो आता निष्कांचन झाला असेल. अक्षरश: भिकेला लागला असेल, अशी त्याच्या काकांची कल्पना होती. पण प्रत्यक्षात जेव्हा राजेंद्र एवढी मोठी रक्कम घेऊन परतला तेव्हा त्यांनी त्याला प्रश्न विचारून भंडावून सोडले.

राजेंद्र तल्लख बुद्धीचा होता. त्याला त्यांच्या मनातील दुष्ट हेतू लगेच समजला. तो मुद्दामच म्हणाला, ''बाजारात बकरीच्या मांसाला खूप मोठी मागणी होती. काही दुष्टांनी माझी बकरी चोरून नेली होती. पण ती मला सापडली. मी ती एका खाटकाला विकली, त्यामुळे आता माझ्याकडे एवढे पैसे आले आहेत. त्या बकरीचं दूध विकून आजवर जेवढे पैसे मिळाले होते त्याहून कितीतरी जास्त पैसे मला त्या खाटकाने दिले.''

ते ऐकल्यावर त्याच्या सर्व काकांना अतोनात दु:ख झालं. आता त्यांनी दुसरा बेत आखला. त्यांनी आपल्या जवळच्या सर्वच्या सर्व बकऱ्या मारून टाकल्या व त्यांचं मांस बाजारात विकण्यासाठी घेऊन गेले. पण बाजारात मागणीपेक्षा अचानक फार जास्त पुरवठा वाढल्याने मांसाची किंमत पडली आणि त्यांना नुकसान सोसावे लागले.

दुसऱ्या दिवशी राजेंद्र बाहेर गेलेला असताना त्याच्या काकांनी संतापून त्याची झोपडीच पेटवून दिली. राजेंद्र घरी आला तोपर्यंत त्याची झोपडी भस्मसात झाली होती. त्याला फार दु:ख झालं. पण अखेर ते दु:ख गिळून आपल्या झोपडीची थोडीशी राख आठवणीसारखी एका पुरचुंडीत बांधून घेतली आणि तो ते गाव सोडून निघाला. इतक्या दुष्ट आणि मत्सरी नातलगांजवळ राहण्यापेक्षा गाव सोडून गेलेलं बरं, असं त्याने ठरवलं.

चालता चालता तो जवळच्या गावात जाऊन पोहोचला. तो थकला होता

त्यामुळे एका मोठ्या वडाच्या झाडाच्या सावलीत विश्रांती घेण्यास बसला. आपली पुरचुंडी घट्ट पकडून तो भविष्याची चिंता करत बराच वेळ तिथे बसून होता. तिथून काही गावकरी चालले होते. राजेंद्रकडे पाहून त्यांना उत्सुकता वाटली आणि त्यांनी विचारले, ''तू कोण आहेस? इथे काय करतोस? तुझ्या त्या पुरचुंडीत कसली राख आहे? काय असं विशेष आहे त्या राखेत?''

राजेंद्र विमनस्क स्थितीत बसून होता. या चौकस गावकऱ्यांच्या प्रश्नाला उत्तर देण्याची त्याची मुळीच इच्छा नव्हती. तो फक्त इतकंच म्हणाला, ''ही राख एका पवित्र ठिकाणाहून गोळा करून आणली आहे.''

त्याच्या दृष्टीने त्याची झोपडी हे एक पवित्र स्थळच होते.

आता गावकऱ्यांची उत्सुकता अधिकच चाळवली. त्यांनी विचारले, ''ही राख तू विकत देणार का?''

राजेंद्र म्हणाला, ''नाही.''

आता तर कसंही करून आपल्याला त्या राखेतील एक चिमूट तरी मिळायलाच हवी असं त्या गावकऱ्यांना वाटू लागलं. त्यांनी राजेंद्रला तशी विनंती वारंवार केली.

अखेर राजेंद्र तयार झाला.

एव्हाना या घटनेविषयी गावात मोठीच अफवा पसरली होती. ''हिमालयातून एक तरुण संन्यासी आला आहे. खरंतर तो ऐंशी वर्षांचा आहे. पण त्याच्या

तपश्चर्येमुळे त्याचं तारुण्य अजून टिकून राहिलेलं आहे. तो काहीच खात नाही. तो नुसतं पाणी पिऊन राहतो. गेली अनेक वर्षं तो नुसत्या पाण्यावर जगला आहे. त्याच्याजवळ मंतरलेली रक्षा असून ती नुसती लावली की कोणताही असाध्य आजार बरा होतो. एवढंच नव्हे तर तुमच्या आयुष्यातील सर्व चिंता, सर्व संकटं नष्ट होतात. कोणालाही त्या रक्षेतील एक चिमूटभर रक्षा जरी मिळाली तरी त्याच्या आयुष्याचं कल्याण होतं. तो संन्यासी कोणाकडेही पैसे मागत नाही, पण जर कोणी ती रक्षा त्याच्याकडून मोफत घेतली तर मात्र त्याचा शाप लागतो.''

ते गाव तसं मोठं होतं. प्रत्येक गावकऱ्याला काही ना काही समस्या होतीच. थोड्याच वेळात राजेंद्रच्या समोर माणसांची भली मोठी रांग तयार झाली.

राजेंद्र अजूनही दु:खातच होता. त्यामुळे तो मूकपणे बसून होता. रांगेतील लोक मात्र एक एक करून त्याच्यापाशी येत, त्याच्या पुरचुंडीतून एक चिमूट राख उचलत आणि परत जात.

दिवस मावळला. राजेंद्रची राखेची पुरचुंडी रिकामी झाली होती. पण त्याच्याजवळ पैशांनी गच्च भरलेली एक थैली मात्र होती. राजेंद्रने ती उचलली आणि समाधानाने आपल्या स्वत:च्या गावी परतला.

राजेंद्र एवढे पैसे घेऊन परत आलेला पाहून त्याचे चारही काका अस्वस्थ झाले. त्यांनी तातडीने राजेंद्रला त्यापाठीमागचे कारण विचारले.

राजेंद्र म्हणाला, ''शेजारच्या गावात जळलेल्या घराच्या राखेला फार मोठी मागणी आहे. माझी झोपडी जळल्यावर तिची राख मी शेजारच्या गावी जाऊन विकली. त्यातूनच मला एवढे पैसे मिळाले.''

त्या चारही काकांनी रात्रीत गुप्त बैठक घेतली व तातडीने आपापली घरे जाळून टाकली. जमा झालेली राख बैलगाड्यांमध्ये भरून ते शेजारच्या गावी रवाना झाले. तिथे गावाच्या मधल्या चौकात उभं राहून त्यांनी जाहीर केलं, ''ही पवित्र घरांची राख आहे. ही आम्ही विक्रीसाठी आणली आहे. कोणतंही दुखणं बरं करण्याची, कोणतीही समस्या दूर करण्याची शक्ती या राखेत आहे.''

एव्हाना गावचे लोक शहाणे झालेले होते. राजेंद्रकडून मिळालेल्या राखेत काहीही शक्ती नाही ही गोष्ट त्यांना कळून चुकली होती. बैलगाड्या भरून राख घेऊन आलेली माणसे पाहून गावकरी संतापले. त्यांनी त्या चारही काकांना पकडून भरपूर चोप दिला.

ते चारही काका राजेंद्रवर चिडले. त्यांनी रात्रभर बसून चर्चा केली आणि एक योजना आखली. राजेंद्रला मारून टाकण्याची ती योजना होती.

एक दिवस ते राजेंद्रला घेऊन गावाबाहेरील नदीकडे फिरायला गेले. फिरता फिरता नदीवर बांधलेल्या सेतूवर जाऊन पोहोचले. अचानक त्यांच्यातील एकजण

म्हणाला, ''पाण्यात एक जलपरी दिसते आहे. ती अत्यंत सुंदर आहे.''

राजेंद्र ती जलपरी पाहण्यासाठी पाण्यावर वाकताच त्या चौघांनी त्याला मागून पाण्यात ढकलले. पाणी खूप खोल होते. जवळपास मदतीला कुणीच नव्हतं. राजेंद्रला मुळीच पोहता येत नाही, हे त्या काकांना माहीत होते.

बिचारा राजेंद्र मदतीसाठी हाका मारू लागला. नदीच्या जोरदार प्रवाहाबरोबर तो खेचल्यासारखा पुढे वाहत जात होता. त्याच्या त्या हाका एका सुंदर तरुणीने ऐकल्या. तिचे नाव होते चंपाकमलिनी. ती नदीकाठी आपल्या वडिलांचा घोडा धूत होती. तिचे वडील सैन्यात अधिकारी होते. चंपाकमलिनी एक साहसी आणि चपळ मुलगी होती. तिने तात्काळ पाण्यात उडी मारली आणि राजेंद्रला वाचवून काठावर आणलं.

राजेंद्रने आपली सर्व जीवनकहाणी तिला ऐकवली. चंपाकमलिनीने राजेंद्रला एक युक्ती सांगितली. त्यात आपण स्वत:ही सहभागी होऊ व साहाय्य करू असं आश्वासन तिने राजेंद्रला दिलं.

दुसऱ्या दिवशी राजेंद्र चंपाकमलिनीला घेऊन एका घोड्यावर बसून आपल्या गावी परतला. तो पैशांनी भरलेली एक भली मोठी थैली घेऊन आपल्या काकांना भेटण्यासाठी गेला. चारही काका आराम करत होते. आपण राजेंद्रचा कसा यशस्वीपणे काटा काढाला याच आनंदात ते होते. एवढ्यात राजेंद्र घोड्यावर बसून एका सुंदर तरुणीला बरोबर घेऊन त्यांच्याकडे येताना त्यांना दिसला. ते त्याला पाहून आश्चर्याने थक्क झाले.

राजेंद्र त्यांच्याजवळ येऊन म्हणाला, ''काका, तुम्ही सर्वांनी मिळून मला पाण्यात ढकलून दिलंत त्याबद्दल मी तुमचे आभार मानायला आलो आहे. कारण त्यामुळेच मला ही जलपरी भेटली आणि तिच्या अमाप संपत्तीचा मी मालक बनलो आहे. त्यापैकी अगदी थोडेसे पैसे मी इथे तुम्हाला दाखवायला आणू शकलो. तुमच्यामुळेच मी इतका श्रीमंत झालो आहे. आता मला आयुष्यात कशाचीच ददात नाही. मी तुमचा मनापासून आभारी आहे.'' असं म्हणून राजेंद्र चंपाकमलिनीसह तेथून निघून गेला.

राजेंद्रच्या काकांचा त्याच्या बोलण्यावर विश्वास बसत नव्हता. पण तो लावण्यवती चंपाकमलिनीला बरोबर घेऊन घोड्यावर एवढी मोठी पैशांची थैली घेऊन त्यांना भेटायला आल्यामुळे त्यांनाही संपत्तीचा मोह पडला. ताबडतोब नदीवर जाऊन त्याच ठिकाणाहून त्या चौघांनी पाण्यात उडी मारली.

ते कधीच परत आले नाहीत.

✦

स्वार्थी

अशोकदत्त हा एक अत्यंत स्वार्थी मनुष्य होता. तो नेहमी फक्त स्वतःच्या फायद्याचा विचार करे. त्याच्या पत्नीला आणि मुलीला त्याच्या या स्वभावाचा अत्यंत कंटाळा येई. एकदा तो असाच प्रवासाला निघाला होता. वाटेत कुठेही जेवणाखाणाची व्यवस्थित सोय नसल्यामुळे त्याच्या पत्नीने त्याच्या दुपारच्या जेवणासाठी पाच चपात्या बांधून दिल्या होत्या.

"तू मला पाच चपात्या कशासाठी दिल्यास?" अशोकदत्त म्हणाला, "मला एवढ्या कशाला हव्यात?"

त्याची बायको सत्यवती सालस स्वभावाची होती. ती म्हणाली, "तीन तुमच्यासाठी! आणि प्रवासात जर कुणी भेटलंच तर त्याच्यासाठी राहिलेल्या दोन."

"कशाला ते? मी काही कुणाला देणार नाही. दोन घरीच काढून ठेव." अशोकदत्त ओरडला. सत्यवतीला त्याचा स्वभाव माहीत असल्यामुळे ती गप्प बसली.

अशोकदत्त प्रवासाला निघाला. वाटेत त्याला एक सुंदर तळं लागलं. त्याला

तळ्यात स्नान करण्याची इच्छा झाली. तो स्नान करून बाहेर आला आणि पाहतो तर काय, कोणीतरी परक्या माणसाने त्याचा जेवणाचा डबा उघडला होता आणि त्यातून एक चपाती घेऊन खाल्लीसुद्धा होती. ते पाहून अशोकदत्तच्या रागाला पारावार उरला नाही. तो म्हणाला, "तू माझ्या परवानगीशिवाय माझ्या जेवणाचा डबा कसा काय उघडलास?"

त्यावर तो माणूस गयावया करत म्हणाला, "धनी, मी भुकेने तडफडत होतो. मला जर त्या क्षणी काही खायला मिळालं नसतं, तर कदाचित माझं मरण ओढवलं असतं. मला तुम्ही क्षमा करा."

"तू त्या मोबदल्यात काय देशील?" अशोकदत्ताने विचारले.

"तुम्ही माझे प्राण वाचवलेत त्याबद्दल माझ्याजवळची ही सोन्याची साखळी मी तुम्हाला देतो," असं म्हणून त्या अनोळखी माणसाने आपल्या गळ्यातली साखळी काढून अशोकदत्तला दिली आणि तो निघून गेला.

अशोकदत्तला हा सौदा मनापासून आवडला. एका चपातीच्या मोबदल्यात त्याला सोन्याची साखळी मिळाली होती. त्यामुळे तो पुढचा प्रवास न करता तेथूनच घरी परतला.

गावाबाहेर पोहोचतातच त्याला तिथे वज्रनभ भेटला. अशोकदत्त त्याला म्हणाला, "वज्रनभ, मी ही सोन्याची साखळी गळ्यात घातली आहे ना, ती नीट बघ जरा! एका अनोळखी माणसाने माझ्या औदार्यावर प्रसन्न होऊन मला ही साखळी दिली."

वज्रनभने त्यावर काहीच प्रतिक्रिया व्यक्त केली नाही. तो एवढंच म्हणाला, "आज सकाळी आपले प्रेमळ धन्वंतरी गुरुजी वारले. मी त्यांच्या अंत्यविधीसाठी निघालो आहे. तू माझ्याबरोबर येतोस का?"

त्याच्या तोंडचे शब्द ऐकून अशोकदत्त नाराज झाला. वज्रनभने त्याच्या सोन्याच्या साखळीचं तर काहीच कौतुक केलं नव्हतं, उलट तो त्याला अंत्ययात्रेला बोलावत होता. कोणाच्याही अंत्ययात्रेला जाण्यानं काही साध्य होत नसतं, त्याने नुसताच वेळेचा अपव्यय होतो, असं अशोकदत्तचं स्पष्ट मत होतं.

अशोकदत्त काहीएक न बोलता पुढे निघाला.

जरा पुढे गेल्यावर त्याला रस्त्यात शशिकांत भेटला. अशोकदत्त त्याला म्हणाला, "शशिकांत, ही बघ माझ्या गळ्यातली सोन्याची साखळी. एका अनोळखी माणसाने माझ्या औदार्यावर खूष होऊन मला ही भेट म्हणून दिली आहे."

त्यावर शशिकांतने काहीही प्रतिक्रिया व्यक्त केली नाही. तो फक्त एवढंच म्हणाला, "प्रमोदला खूप ताप चढला आहे. त्याला रुग्णालयात भरती केलं आहे. तू माझ्याबरोबर त्याला भेटायला चल!"

अशोकदत्त विचारात पडला. आता एखाद्याला बरं नसताना भेटायला जायचं,

म्हणजे गरज पडली तर खिशातून चार पैसे काढून द्यावे लागतील. त्यापेक्षा न गेलेलंच बरं. त्यामुळे त्याने नकार दिला व तो पुढे चालू लागला.

पुढे गेल्यावर त्याला जयचंद्र भेटला. तो जयचंद्राला म्हणाला, ''जयचंद्र, ही बघ माझ्या गळ्यातली सोन्याची साखळी. एका अनोळखी माणसाने माझ्या औदार्यावर प्रसन्न होऊन ही मला दिली आहे.''

जयचंद्र म्हणाला, ''अरे वा! छानच आहे साखळी. बरं, हे बघ, आज गावच्या मंदिराच्या जीर्णोद्धाराचं काम आहे. सगळे गावकरी श्रमदान करून मंदिर बांधणार आहेत. काम सुरू झालंय. तूही चल ना मदतीला!''

श्रमदान म्हणजे काही मोबदला न घेता नुसतं फुकट राबायचं. अशोकदत्तला ते कुठलं रुचणार? तो काही न बोलता पुढे चालू लागला.

तो घरी पोहोचल्यावर त्याने सत्यवतीला अभिमानाने आपल्या गळ्यातील साखळी दाखवली.

''सत्यवती, ही बघ माझ्या गळ्यातली साखळी!'' असं म्हणून त्याने घडलेली सर्व हकिकत तिला सांगितली.''

सत्यवतीला साखळी फारच आवडली. ती त्याला म्हणाली, ''मला ही साखळी फक्त एकदाच घालायला द्या ना!''

''नाही, मुळीच नाही. ती माझी आहे. त्याला कुणीही हात लावायचा नाही. समजलं?'' अशोकदत्त गरजला. सत्यवतीला फार वाईट वाटलं.

ती म्हणाली, ''एक तर त्या चपात्या मीच केल्या होत्या. दुसरं म्हणजे, तुम्ही काही उदार अंत:करणाने त्याला आपण होऊन डब्यातील चपाती दिली नव्हती. त्यानेच डबा उघडून ती घेऊन खाल्ली. पण तो माणूस चांगला होता. खरं तर त्यानं त्या चपातीच्या मोबदल्यात तुम्हाला एखादा रुपया दिला असता तरी चाललं असतं, पण त्याने तुम्हाला एवढी सुंदर साखळी दिली.''

इतक्यात त्यांची लहान मुलगी तिथे आली आणि म्हणाली, ''बाबा! बाबा! मी ही साखळी गळ्यात घालायला घेऊ?''

त्यावर अशोकदत्त म्हणाला, ''बेटा, तू लहान आहेस. तू सोन्याच्या वस्तूला हात लावायचा नाहीस.''

आता मात्र सत्यवती फारच रागावली. ती म्हणाली, ''तुम्ही फार स्वार्थी आहात. म्हणूनच तुम्ही कोणालाच आवडत नाही. तुम्ही आजवर कोणाच्याही संकटात त्यांच्या उपयोगी पडला नाहीत. मग तो शशिकांत असो, जयचंद्र असो की वज्रनभ. म्हणूनच कोणालाही तुमच्या गळ्यातल्या सोन्याच्या साखळीचं कौतुक करावंसं वाटलं नाही. तुम्हाला जरी हिरेमाणकं मिळाली, तरी कोणाला त्याचं काय वाटणार आहे?''

आता अशोकदत्तच्या डोक्यात प्रकाश पडला. शशिकांत, जयचंद्र, वज्रनभ यांच्या वागण्याचा खरा अर्थ त्याला आता समजला. आपला कोणालाही आजवर कसलाच उपयोग झालेला नाही हे सत्य त्याला उमगलं आणि त्याला स्वत:चीच शरम वाटली. तो त्वरेने निघाला, आधी अंत्ययात्रेला गेला, तिथून प्रमोदला भेटायला गेला आणि त्यानंतर मंदिराच्या जीर्णोद्धाराच्या कामी हातभार लावायलाही गेला.

थोड्या काळानंतर अशोकदत्ताला सर्वजण विचारू लागले, ''अरे अशोकदत्त, आम्ही असं ऐकलं, कोणीतरी परक्या माणसानं तुला एक सोन्याची साखळी भेट म्हणून दिली आहे. आम्हाला बघू तरी... कशी दिसते ती..''

◆

ससा आणि गाय

शीलवती आणि जयशील हे एक वृद्ध जोडपं होतं. कुशीनगर नावाच्या गावात ते राहत असत. शीलवती जरा हलक्या कानांची होती. तिचा कोणाच्याही बोलण्यावर लगेच विश्वास बसे. त्यांच्याकडे एक गाय होती. त्यांचं ते उत्पन्नाचं एकमेव साधन होतं.

एकदा जयशील आजारी पडला. पण त्याचं औषधपाणी करण्यासाठी त्यांच्याकडे पैसे नव्हते. शीलवती जयशीलाला म्हणाली, ''मी शहरात जाते, आपली ही गाय विकते आणि त्यातून जे पैसे येतील त्याच्यातून तुमचं औषध घेऊन येते. आपल्यापाशी दुसरा काहीच पर्याय नाही.''

आपली बायको भोळसट आहे, तिला नक्कीच कोणीतरी फसवेल, अशी भीती जयशीलला वाटत होती. त्याने तिला सांभाळून जाण्यास सांगितले. शीलवतीने एका हातात गायीच्या गळ्यातील दोराचे टोक घट्ट धरले आणि ती गायीला घेऊन शहराकडे निघाली.

आपल्या पतीच्या प्रकृतीची चिंता तिला रस्ताभर सतावत होती. ती सर्ववेळ त्याचा विचार करत होती. गावात काही भामटे लोक होते. त्यांनी तिला पाहिले होते.

त्यांना सगळी परिस्थिती माहीत होती. तिच्या भोळसट स्वभावाचा फायदा घ्यायचं त्यांनी ठरवलं.

शीलवती आपल्याच विचारात गर्क होऊन चालत होती. तिच्यामागून एक भामटा चोरपावलाने चालू लागला. त्याने तिच्या गायीच्या गळ्यातील दोराचं टोक अलगद सोडवलं व त्या दोराला बकरी बांधून ठेवली आणि शीलवतीची गाय घेऊन तो पळून गेला. थोड्यावेळाने बकरी ओरडली, ''मॅ..मॅ.''

शीलवतीने दचकून मागे वळून पाहिले. आपल्या गायीची अचानक बकरी कशी झाली, ते कोडं तिला काही उलगडेना.

ज्या भामट्याने तिची गाय चोरली होती. तो म्हणाला, ''आजी, हे पाहा, जादूने तुमच्या गाईची बकरी झाली.''

शीलवतीला काय बोलावं, ते कळेना. ती तशीच पुढे चालत राहिली.

आता हळूच पाठीमागून दुसरा भामटा आला आणि त्याने बकरी पळवली व त्या जागी एक कोंबडा बांधून ठेवला.

थोड्या वेळाने कोंबडा ओरडू लागला, ''कुकूच कू, कुकूच कू'' शीलवतीने दचकून मागे वळून पाहिले. बकरीच्या जागी दोरीला बांधलेला कोंबडा पाहून तिला काहीच समजेना. ''माझ्या बकरीचं आता काय झालं?'' असं म्हणून ती रडू लागली.

''आजी हवेत काहीतरी जादू आहे. त्यामुळेच तुमच्या बकरीचा कोंबडा झाला.'' भामटा म्हणाला.

शीलवतीला फार वाईट वाटले. पण नाइलाजाने ती तशीच पुढे निघाली.

आता तिसरा भामटा पुढे आला. त्याने गुपचूप दोराला बांधलेला कोंबडा सोडवून घेतला व त्याजागी एक लाकडाचा ओंडका बांधून ठेवला.

लाकडाचा ओंडका रस्त्याच्या खडबडीत पृष्ठभागावर घासून त्याचा 'चरचर' आवाज येऊ लागला. शीलवतीने मागे वळून पाहिले आणि ती हताश होऊ रस्त्यात थांबली.

''आजी, हवेत काहीतरी जादू आहे. त्या जादूनेच तुमच्या कोंबड्याचा लाकडी ओंडका बनला आहे.'' भामटा म्हणाला.

हे आज असं काय होत आहे, हे तिला कळेना. ती बिचारी तशीच पुढे चालत राहिली.

थोड्यावेळाने चौथा भामटा पुढे झाला आणि त्याने दोरीला बांधलेला तो ओंडका सुद्धा पळवून नेला.

शीलवती अखेर मजल दरमजल करत बाजारात पोहोचली खरी, पण पाहते तो काय – दोर नुसताच लोंबकळत होता, आता तर तो लाकडी ओंडकासुद्धा गायब झाला होता. बिचाऱ्या शीलवतीकडे विकण्यासाठी आता काहीच शिल्लक उरलं

नव्हतं. त्यामुळे तिला हात हलवत घरी परतावं लागलं.

घरी आल्यावर तिने घडलेली सर्व हकिकत जशीच्यातशी आपल्या पतीला सांगितली. तो काय समजायचे ते समजला. त्या भामट्यांना चांगली अद्दल घडवायची, असं त्याने ठरवलं.

दुसऱ्या दिवशी त्याने आपल्या बायकोला बोलावून सांगितलं, ''तू स्वयंपाकाला लाग. खीर, भात, चपात्या आणि भाजी एवढं बनवून ठेव. बाकीचं मी बघतो. मी त्या चार भामट्यांना घेऊन घरी आलो, की तू बाहेरच्या खोलीत येऊन फक्त एवढंच म्हण, 'तुम्ही सशाच्या हाती पाठवलेला निरोप मिळाला. त्याप्रमाणे मी स्वयंपाक करून ठेवलाय!' मात्र याहून अधिक एक अक्षरही तोंडातून काढायचं नाही, समजलं?''

त्याच्या घरी पाळलेले दोन ससे होते. त्यातला एक पिंजऱ्यातच ठेवून दुसरा ससा घेऊन तो बाजरातून चालत निघाला. त्या चारही भामट्यांनी त्याला दुरूनच पाहिलं. ते लगेच त्याच्यापाशी येऊन त्याची चेष्टा करू लागले. ''आजोबा, काल तुमची बायको बाजारात गाय विकायला घेऊन जाताना दिसली आम्हाला. पण परत मात्र रिकाम्या हातानेच आली म्हणे! आज तुम्ही काय घेऊन निघालात विकायला?''

त्यावर जयशील म्हणाला, ''आज मी माझ्याकडचा हा ससा विक्रीसाठी घेऊन चाललो आहे. या सशाचं एक वैशिष्ट्य म्हणजे हा बोलू शकतो आणि सांगाल ती कामंही करतो. हा जादूचा ससा आहे. त्याला माणसाची भाषा पण समजते. आम्ही त्याला स्वतःच्या मुलासारखा वाढवला आहे. पण काय करणार, परिस्थिती अशी आली म्हणून त्याला विकावं लागत आहे.''

''काय सांगताय? आम्ही असा जादूचा ससा कधीच पाहिला नव्हता.'' सर्वजण म्हणाले. ते आश्चर्याने थक्क झाले होते.

''तुमचा विश्वास बसत नसेल तर स्वतःच्या डोळ्यानेच पाहा.'' जयशील म्हणाला. त्यानंतर त्याने त्या सशाला जवळ घेऊन गोंजारले आणि प्रेमाने म्हणाला, ''हे बघ घरी जा आणि आईला खीर, चपाती, भाजी आणि भात असं जेवण बनवायला सांग. त्याहून अधिक काही करू नको, असंही सांग. आम्ही तासाभरात जेवायला घरी पोहोचतोय, असं सांग.'' असं म्हणून त्याने त्या सशाला सोडले. ससा क्षणार्धात दिसेनासा झाला.

थोड्यावेळाने जयशील त्या चार भामट्यांना घेऊन घरी पोहोचला. शीलवती त्यांची वाटच बघत होती.

जयशीलला पाहताच ती पुढे येऊन म्हणाली, ''तुम्ही सशाच्या हाती पाठवलेला निरोप मिळाला. त्याप्रमाणे मी स्वयंपाक करून ठेवलाय. हात पाय धुवा आणि जेवायला चला.''

सर्व भामटे जेवायला बसले. त्यांचे लक्ष गेले, तर पिंजऱ्यात ससा होता. सर्वजण पोटभर जेवून तृप्त झाले. त्यानंतर त्यांची आपापसात चर्चा झाली आणि तो ससा विकत घेण्याचं त्यांनी ठरवलं.

"काका, हा ससा तुम्ही आम्हालाच विका ना!"

त्यावर जयशील म्हणाला, "पोरांनो हे माझं एकमेव उत्पन्नाचं साधन आहे. हे तर तुम्ही डोळ्यानंच पाहिलंय. तेव्हा तुम्ही जर मला दहा सुवर्णमुद्रा द्यायला तयार असलात तरच हा ससा मी तुम्हाला विकत देईन, नाहीतर नाही."

त्यांनी बरीच घासाघीस करून पाहिली, पण जयशील दुसरं काहीही मान्य करायला तयार होईना. अखेर त्यांनी दहा सोन्याची नाणी काढून त्याच्या हातात ठेवली व ते तो ससा घेऊन निघाले. हा जादूचा ससा दुप्पट, तिप्पट किंमतीला इतर कोणाला तरी विकता येईल, असाही विचार त्यांनी केला.

त्यांचं गावातील जमीनदाराकडे महत्त्वाचं काम होतं. पण जमीनदाराचं घर होतं गावाबाहेर. अनायसे हा ससा आपल्याजवळ आहेच, तर आता स्वत: जाण्याचे कष्ट कशाला करायचे, याच्या हातीच निरोप पाठवू या, असा त्यांनी विचार केला. ते सशाला म्हणाले, "गावच्या जमीनदाराच्या घरी जा. तो आमचे दहा हजार रुपये देणं आहे. त्याच्याकडून ते पैसे वसूल करून घेऊन ये. आणि लवकर ये बरं का!" त्यांनी सशाला सोडून दिलं. त्याने धूम ठोकली. भामट्यांनी ससा परत येण्याची खूप वेळ वाट पाहिली. पण त्याचा काही पत्ता नाही.

अखेर ते सर्वजण उठून जमीनदाराकडे गेले. ते म्हणाले, "आमचा ससा कुठे दडवून ठेवलात तुम्ही? आम्हाला ताबडतोब परत द्या, आणि आमचे पैसेही द्या!"

ते ऐकल्यावर जमीनदार संतापला. त्याने त्यांना पंचवीस फटके दिले.

एव्हाना आपल्याला शेरास सव्वाशेर कुणीतरी भेटला, हे त्यांना कळून चुकलं. आपल्या दहा सुवर्णमुद्राही गेल्या हेही त्यांना समजलं. ते त्वरेने जयशीलच्या घरी आले आणि आपले पैसे परत मागू लागले.

जयशील म्हणाला, ''ही सगळी हवेतली जादू बरं! या जादूनंच तर आमची गाय नाहीशी झाली. तसंच जादूमुळेच सशालाही माणसाची भाषा कळू लागली.''

त्या भामट्यांना यावर काय उत्तर द्यावे ते कळेना. शरमेने माना खाली घालून ते परत फिरले.

♦

लोकं बोलतात...

पुरुषोत्तम हा एक गरीब शेतकरी होता. आपला मुलगा बालशेखर याचा सांभाळ करण्यासाठी आणि घर चालवण्यासाठी तो काबाडकष्ट करत असे. ते गावात अनेक वर्षे राहत होते. बाहेरचं जग त्यांनी कधी पाहिलंच नव्हतं. त्यामुळे लोक जे काही बोलतील, त्यावर त्यांचा लगेच विश्वास बसत असे.

एकदा मोठा दुष्काळ पडला. मोठ्या नाइलाजाने त्यांनी आपला घोडा विकण्याचा निर्णय घेतला. त्यासाठी पुरुषोत्तम आपल्या घोड्याला घेऊन आपल्या मुलासह बाजारात निघाला.

बालशेखर वयाने लहान होता. एवढी लांबची वाट तो कशी काय चालणार, म्हणून पुरुषोत्तमाने त्याला घोड्यावर बसवले व स्वत: घोड्याचा लगाम हातात धरून चालू लागला.

रस्त्यात त्यांना ओळखीच्या माणसांचा घोळका भेटला. बालशेखरला घोड्यावर बसलेलं पाहून ते म्हणाले, ''बालशेखर, अरे तुला काही डोकं आहे की नाही? तुझे वडील म्हातारे आहेत. थकले आहेत. तू एवढा लहान आहेस. तू चालू शकतोस. पळू शकतोस, तुझ्या वडिलांना घोड्यावर बसवून तू चाललं पाहिजेस.''

बालशेखरला ते पटलं. तो घोड्यावरून खाली उतरला आणि आपल्या वडिलांना त्याने जबरदस्तीने घोड्यावर बसवले व घोड्याचा लगाम हाती धरून तो चालू लागला.

थोडा काळ गेला आणि जरा पुढे गेल्यावर परत त्यांना ओळखीची माणसे भेटली. या दोघांकडे पाहून ती उपहासाने हसू लागली. ''पुरुषोत्तम, अरे काय हा मूर्खपणा. या इतक्या लहान मुलाला पायी चालायला लावून तू खुशाल घोड्यावर बसला आहेस? तो मुलगा इतका लहान. केव्हाच दमून जाईल. तू एवढा मोठा आहेस. खरं तर त्याला घोड्यावर बसवून तू पायी चाललं पाहिजेस.''

त्यांचं हे बोलणं ऐकून वडील व मुलगा गोंधळात पडले. आता काय करावं तेच त्यांना सुचेना. अखेर घोड्याच्या दोन्ही बाजूने दोघे पायी चालू लागले.

जरासं अंतर काटून ते पुढे गेले तोच आणखी काही लोक त्यांना दिसले. ते या दोघांकडे बघून कुजबुजत होते, हसत होते. त्यांच्यातील एक जरा मोठ्या आवाजात म्हणाला, ''ते पाहा दोन मूर्ख चालत येत आहेत. मी इतके मूर्ख लोक कधीच पाहिले नव्हते. त्यांच्याकडे चांगला धट्टाकट्टा घोडा असून त्याच्यावर बसायचं सोडून हे वेडे

चालत आहेत त्यापेक्षा दोघेही त्या घोड्यावर का नाही बसत? त्या घोड्याला त्यांचे वजन सहज पेलवेल.''

पुरुषोत्तम व बालशेखर या दोघांनाही त्याचं हे बोलणं पटलं. त्यांनी असा विचारच केलेला नव्हता. मग दोघेही घोड्यावर मांड ठोकून बसले व पुढे निघाले.

जरासं अंतर काटून गेल्यावर त्यांना आणखी एक घोळका भेटला. त्या घोळक्यातील लोक या दोघांची छी-थू करत होते. ते आपापसात म्हणत होते.

"किती दुष्ट माणसे आहेत बघा. त्यांना मुक्या प्राण्याला दयाबुद्धीसुद्धा दाखवता येत नाही. दोघे चांगले खणखणीत तब्येतीचे असूनही खुशाल त्या घोड्यावर बसले आहेत. थोड्याच वेळात तो घोडा खाली कोसळेल. बिचारा आधीच किती आजारी दिसतोय. मी जर त्याच्याजागी असतो तर त्या मुक्या प्राण्याला मी माझ्या खांद्यावर वाहून नेलं असतं."

आता पुरुषोत्तम आणि बालशेखरने घोड्याचे मागचे पाय व पुढेच पाय घट्ट बांधून टाकले व त्याला खांद्यावर उचलून निघाले. त्या घोड्याला त्याचा त्रास होऊ लागला. चालता चालता रस्त्यात त्यांना एक पाण्याचा ओहोळ लागला. त्या ओहोळाला ओलांडून पलीकडे जाण्यासाठी एक लहानसा सेतू बांधलेला होता.

घोड्याला पाणी दिसताच त्याने लाथा झाडायला सुरुवात केली. या दोघांना तो आवरेना. अखेर तो पाण्यात पडला. लाथा झाडता झाडता त्याच्या पायांचा दोर निघाला आणि घोडा चौखूर उधळला आणि निघून गेला.

काही लोक हे दृश्य बघत होते. ते हसून म्हणाले, "किती मूर्ख माणसं आहेत बघा. त्यांना साधा एक घोडासुद्धा विकता आला नाही!"

पुरुषोत्तम आणि बालशेखरला काय करावे तेच कळेना.

◆

राजकन्येची प्रश्नावली

राजकन्या सूर्यप्रभा दिसायला सुंदर तर होतीच, पण त्याहून महत्त्वाची गोष्ट म्हणजे ती अत्यंत बुद्धिमान होती. आपला होणारा पती हा आपल्याहून अधिक बुद्धिमान असावा अशी तिची अट होती. त्याच्या आर्थिक परिस्थितीविषयी किंवा रंगरूपाविषयी मात्र तिची काही अट नव्हती. त्यामुळे ती आपल्या वडिलांना म्हणाली,

"ज्या कोणाला माझ्याशी विवाह करण्याची इच्छा असेल, त्याने मला नऊ प्रश्न विचारावे. मी त्या सर्व प्रश्नांची उत्तरं देण्याचा प्रयत्न करीन. जर का त्यातील एखाद्या प्रश्नाचं उत्तर मला देता आलं नाही, तर मी हार मान्य करून त्याच्याशी विवाह करेन."

"पण जर समजा तू त्याच्या सर्वच्यासर्व प्रश्नांची उत्तरं देऊ शकलीस, तर?" वडिलांनी विचारले.

"मग मात्र मी त्याच्याशी विवाह करणार नाही आणि हो, मग त्याला परत संधीपण मिळणार नाही."

राजाला वरसंशोधनाची ही जगावेगळी पद्धत मुळीच पसंत पडली नाही. पण तिच्या हट्टी स्वभावापुढे त्याचं काही चाललं नाही.

देशाच्या कानाकोपऱ्यातून असंख्य बुद्धिमान तरुण आले, पण राजकन्येला कुणीच हरवू शकलं नाही. राजा आता काळजीत पडला. तो आपले गुरू गणपती महाराज यांच्याकडे गेला. कसंही करून त्यांनीच हा गुंता सोडवावा, असं राजाला वाटत होतं.

गणपती महाराज हे एक महान गुरू होते. लोकांच्या आयुष्यात कोणती संकटे येऊ शकतात, कोणकोणत्या अडचणींना त्यांना तोंड द्यावे लागते, याची त्यांना कल्पना होती. राजकन्येचा स्वभाव किती हट्टी आहे, हेही ते जाणून होते. आयुष्यात बुद्धिमत्ता म्हणजे सर्वकाही नसतं, असं जर आपण तिला सांगायला गेलो, तर ती आपलं मुळीच ऐकणार नाही, हे ही त्यांना माहीत होतं.

शशीशेखर हा एक बुद्धिमान, पण अत्यंत सालस तरुण होता. त्याच्या घरची परिस्थिती अत्यंत गरिबीची होती. आपल्या गुरूंच्या आज्ञेवरून शशिशेखर राजकन्येची भेट घेण्यासाठी गेला. तो दिसायला अगदी साधा होता. त्याला पाहताच राजकन्येच्या मनात आलं – याला तर आपण अगदी लीलया हरवू शकू.

तिच्या चेहऱ्यावर उमटलेले ते भाव पाहून शशिशेखरला मनातून हसू आलं. त्याने पहिला प्रश्न केला, ''आभाळात तारे किती आहेत?''

राजकन्या सूर्यप्रभा तात्काळ उत्तरली, ''मेंढ्याच्या अंगावर जेवढे केस असतात तेवढे!''

''जगातील सर्वात सुंदर मूल कोणते?''

''प्रत्येक आईच्या नजरेत तिचे स्वत:चे मूल हे जगात सर्वात सुंदरच असते.'' त्याच्या दुसऱ्या प्रश्नाचे हे उत्तर होते.

''सत्य आणि असत्य यात काय फरक आहे?''

''आपल्या डोळ्यांत आणि कानात जो फरक असतो तोच. डोळे नेहमी सत्य तेच पाहतात पण कान मात्र सत्य आणि असत्य दोन्हीही ऐकू शकतात.'' तिचं हे उत्तर शशिशेखरला पटलं.

''असा कोणता माणूस आहे, ज्याला हात असूनही हात नाहीत?'' शशिशेखरने त्याचा चौथा प्रश्न विचारला.

''असा श्रीमंत माणूस, ज्याच्यापाशी दुसऱ्याला काही देण्याची दानत नाही.'' राजकन्या खरोखरच पूर्ण विचारांती, काळजीपूर्वक सर्व प्रश्नांची उत्तरे देत होती.

''असा कोणता माणूस आहे, ज्याला डोळे असूनही तो अंध आहे?''

''ज्या माणसाच्या ठायी करुणा नाही, असा माणूस'' राजकन्येने पाचव्या प्रश्नाचे उत्तर दिले खरं. पण हा तरुण दिसतो तसा साधासुधा नाही, हे तिला कळून चुकलं.

त्यानंतर शशिशेखरने तिला एका कोसळून पडणाऱ्या राजवाड्याचे चित्र दाखवून त्याचा अर्थ विचारला.

सूर्यप्रभा म्हणाली, ''पाया भक्कम असल्याशिवाय राजवाडा बांधण्यात काय अर्थ आहे? तो कोसळून पडणारच.''

त्यानंतर त्याने तिला आणखी एक चित्र दाखवले. त्या चित्रात एक म्हातारी बाई पाठीवरच्या भल्या मोठ्या ओझ्याने वाकली होती पण तरीही एकीकडे ती रानातल्या वाळक्या काटक्या गोळा करतच होती. त्या चित्राचा अर्थ त्याने राजकन्येला विचारला.

राजकन्या हसून म्हणाली, ''यातून मनुष्यप्राण्याची लोभी वृत्ती आणि आसक्ती दिसून येते. आपल्या आयुष्याचे अखेरचे दिवस जवळ आले आहेत हे माहीत असूनही त्या स्त्रीची हाव काही संपलेली नाही.''

अशा रीतीने राजकन्येने त्याच्या पहिल्या सात प्रश्नांची अचूक उत्तरे दिली. आता दोनच प्रश्न उरले होते. शशिशेखरने पुढचा प्रश्न विचारला, ''राजकन्ये, मी असा कोणता प्रश्न विचारू, ज्याचे उत्तर तुला येत नाही?''

आता राजकन्या कोंडीत सापडली. ती हसून म्हणाली, ''मी हरले. मी पराभव मान्य करते.''

राजकन्येने जर तिला न येणारा प्रश्न शशिशेखरला सांगितला असता, तर त्याने

तात्काळ शेवटचा प्रश्न म्हणून तोच प्रश्न तिच्यापुढे ठेवला असता. म्हणजे तिची हार ठरलेलीच होती.

शशिशेखर हा आपल्यापेक्षा जास्त बुद्धिमान आहे हे राजकन्येनं कबूल केलं व ती विवाहाला तयार झाली. त्यानंतर ते सुखाने राहू लागले.

✦

खरी परीक्षा

खूप खूप वर्षांपूर्वीची गोष्ट. मथुरा नगरीत नरहरी नावाचा राजा राज्य करीत होता. त्याच्या दरबारात अनेक चतुर आणि बुद्धिमान मंत्री होते. त्याच्या आजूबाजूच्या इतर अनेक राज्यांमध्ये त्या मंत्र्यांची ख्याती पसरलेली होती.

मथुरेच्या जवळच्या करवीर नगरीच्या राजाला बरेच दिवसांपासून असं वाटत होतं की, या मथुरानगरीच्या राजदरबारातील एखादा बुद्धिमान मंत्री मिळाला तर किती बरं होईल. आपण त्याची आपल्या दरबारात मुख्यमंत्री म्हणून नेमणूक करून टाकू. पण हा बुद्धिमान मंत्री शोधायचा तरी कसा? मग त्याने एक शक्कल लढवली.

त्याने मथुरेच्या राजाला एक पत्र पाठवलं. त्या पत्रात लिहिलं होतं, ''तुमच्या नगराच्या मातीत उगवलेल्या काही ताज्या भाज्या माझ्याकडे पाठवून द्या आणि सोबत घडाभर अक्कलही पाठवा. ज्याच्या हाती तुम्ही या दोन गोष्टी पाठवाल, त्या व्यक्तीची मी मुख्यमंत्री म्हणून माझ्या दरबारात नेमणूक करीन.''

त्याच्या या जगावेगळ्या विनंतीचा नेमका अर्थ काय, हे काही त्या मथुरेच्या राजाला कळेना. करवीरनगरी मथुरेपेक्षा लांब होती. रथातून जरी दूत पाठवला तरी किमान दोन महिने तर नक्की लागणार. मग त्या दोन महिन्यात भाजीपाला सुकून

नाही का जाणार? आणि ही घडाभर अकलेची काय भानगड आहे, हेही त्याला मुळीच कळेना.

अखेर हे कोडं सोडवण्यासाठी त्याने आपल्या तरुण साहाय्यकाला – पद्मवीरला बोलावलं. ते विचित्र पत्र वाचून तो साहाय्यक हसून म्हणाला, "महाराज, काळजी नसावी. या पत्रातील ओळींच्यामागे दडलेला अर्थ काय याचा विचार आपण केला पाहिजे. तुम्ही जर मला परवानगी दिली तर हे कोडं मी सोडवून दाखवतो."

तरुण पद्मवीरने राजाकडून एक बैलगाडी, थोडी माती, खत, बी-बियाणं, पाणी इत्यादी सामान मागून घेतलं. त्याने बैलगाडीत माती पसरून त्याचे वाफे केले व त्यात काही भोपळ्याच्या बिया व इतर काही भाज्यांचे बीज पेरलं. त्याला चांगलं खतपाणी घातले.

त्यानंतर त्याच बैलगाडीत बसून तो करवीरनगराकडे निघाला. वाटेत रोज तो आपल्या फिरत्या भाजीपाल्याच्या बागेची चांगली निगराणी करे, खतपाणी घाले. काही दिवसांनी कोंब फुटून झाडं वाढू लागली. त्यातील भोपळ्याच्या वेलीला छोटासा भोपळा लागताच त्याने एक मातीचा घडा त्या भोपळ्यावर पालथा घातला. मातीच्या घड्याच्या आत भोपळा वाढू लागला.

काही दिवसातच तो करवीर नगरीस जाऊन पोहोचला. एव्हाना घड्याच्या आत भोपळा चांगला गरगरीत वाढला होता. त्याने आतली सर्व जागा व्यापली होती. पद्मवीराने आता बाहेरून थोडेसे देठ ठेवून बाकीची वेल कापून टाकली आणि घड्याचं तोंड फडक्याने बांधून टाकलं.

दुसऱ्या दिवशी तो करवीरनगरीच्या राजाला भेटायला गेला. जाताना बैलगाडीतील बागेत उगवलेल्या ताज्या भाज्या तर घेऊन गेलाच, पण सोबत फडक्याने तोंड घट्ट बांधलेला तो घडासुद्धा घेऊन गेला.

त्या सर्व गोष्टी राजाच्या समोर ठेवून तो म्हणाला, "या काही ताज्या भाज्या. आमच्या नगरीच्या मातीत पिकवलेल्या. त्याचबरोबर मी काही अक्कल या मातीच्या घड्यात बंद करून आणली आहे. आता तुम्ही तुमच्या राज्यातील कोणाही विद्वान व्यक्तीला बोलावून घड्याला अथवा आतील अकलेला जराही धक्का न लावता, घडा न फोडता ती अलगद काढून घ्या."

त्याचं हे उत्तर ऐकून राजा मनातून प्रसन्न झाला. पण त्याला पद्मवीरची अजून एक परीक्षा घ्यायची होती. त्याने सेवकाकडून तीन अगदी सारख्या दिसणाऱ्या बाहुल्या मागवून घेतल्या आणि म्हणाला, "या तीनही बाहुल्या दिसायला सारख्याच आहेत. पण यांच्यातील सर्वात उत्कृष्ट बाहुली कोणती ते तू शोधून काढा."

पद्मवीरने त्या बाहुल्या थोडावेळ नीट निरखून पाहिल्या. त्या अगदी एकसारख्याच होत्या. त्यांच्यातील सर्वोत्कृष्ट कोणती ते सांगणं खरोखर फार कठीण होतं. त्याने थोडा विचार केला आणि नंतर राजाकडे एक तार मागितली.

ती तार हातात घेऊन पहिल्या बाहुलीच्या एका कानात घालताच ती तिच्या दुसऱ्या कानातून बाहेर आली. त्याने ती बाहुली दूर ठेवली.

नंतर ती तार दुसऱ्या बाहुलीच्या एका कानात घालताच ती तिच्या तोंडातून बाहेर आली. त्याने ती बाहुलीसुद्धा दूर ठेवली.

अखेर तिसरी बाहुली हातात घेऊन तिच्या एका कानातून ती तार आत घालताच ती तिच्या थेट पोटात गेली. ती तार बाहेरच आली नाही.

तो राजाकडे वळून म्हणाला, "महाराज, माझ्या मते राजदरबारात काम करण्यास ही तिसरी बाहुली सर्वांत योग्य आहे. तुमच्या दरबारातील काही गुपितं जर पहिल्या बाहुलीला तुम्ही सांगितलीत तर ती सांगितलेल्या गोष्टी या कानाने ऐकून त्या कानाने सोडून देईल. तिला त्यांचं गांभीर्य समजणार नाही. अशी माणसं दरबारात काय कामाची?

दुसऱ्या बाहुलीसारखी माणसं सर्व काही ऐकून घेतात पण ते लगेच इतरांना सांगून टाकतात. त्यांच्या पोटात काही टिकत नाही. अशी माणसं फारच धोकादायक असतात.

तिसऱ्या बाहुलीसारखी माणसं कोणतंही गुपित स्वत:पाशी सुरक्षित ठेवू शकतात. अशी माणसं नेहमीच विश्वासार्ह असतात."

राजा हसून म्हणाला, "आता मी एक अखेरचाच प्रश्न विचारतो. या इथे तीन अंगठ्या आहेत. एकीत हिरवा खडा, दुसरीत लाल खडा तर तिसरीत निळा खडा

आहे. आपण असं गृहीत धरू, की जो माणूस लाल खडा असलेली अंगठी धारण करेल त्याच्या मनात उत्तमोत्तम कल्पना जन्म घेतील. जो माणूस हिरवा खडा असलेली अंगठी धारण करेल, तो त्या उत्तम कल्पनांची सर्वसामान्य परिस्थितीत उत्कृष्ट रीतीने अंमलबजावणी करू शकेल आणि जो निळा खडा असलेली अंगठी धारण करेल त्याच्या अंगी उत्तम कल्पनांची कोणत्याही परिस्थितीत अंमलबजावणी करण्याचं असामान्य साहस असेल. मग मला सांग, माझ्या राजदरबारातील कोणत्या व्यक्तीने कोणती अंगठी घालावी? आणि मुख्य म्हणजे कोणती अंगठी सर्वोत्कृष्ट आहे?''

पद्मवीर हसून म्हणाला, ''महाराज, सर्व अंगठ्या सारख्याच महत्त्वपूर्ण आहेत. त्यातील कोणतीही एक अंगठी दुसऱ्या अंगठीहून जास्त श्रेष्ठ नाही. यातील लाल खड्याची अंगठी राजाने परिधान करावी, कारण उत्तमोत्तम कल्पनांचा स्रोत नगराचा राजाच असावा. राज्याच्या मुख्यमंत्र्याने हिरव्या खड्याची अंगठी धारण करावी कारण चांगल्या संकल्पनांची अंमलबजावणी तोच करणार असतो. निळ्या खड्याची अंगठी राज्याच्या सरसेनापतीने धारण करावी कारण अनेकदा राज्यावर संकटे येतात. परकीय आक्रमणे होतात. कशाही प्रतिकूल परिस्थितीत उत्तमोत्तम कल्पनांची अंमल-बजावणी केवळ तोच करू शकतो.''

हे त्याचे शब्द ऐकून करवीरनगराचा राजा प्रसन्न झाला आणि त्याने पद्मवीरची आपला मुख्यमंत्री म्हणून नेमणूक केली.

◆

चतुर व्यापारी

सुशेन हा एक अत्यंत हुशार व्यापारी होता. त्याला एक अनोखी कला अवगत होती. कोणाच्याही मनात शिरून त्या व्यक्तीचे विचार समजून घेणं ही ती कला होती. त्यामुळेच देशभरात त्याला खूप मान होता.

एक दिवस तो काही माल विकत घेण्यासाठी शेजारच्या राज्यात गेला होता. त्याचं तिथलं काम संपलं तेव्हा खूप अंधार पडला होता. पण तरीसुद्धा कसंही करून घरी पोहोचणं आवश्यक असल्यामुळे तो रात्री घोड्यावरून घरी जायला निघाला. त्याला मनातून जराशी भीती वाटत होती, कारण वाटेत चोरांचा सुळसुळाट होता. रस्त्यात एखादा एकटा वाटसरू पाहिला की ते त्याला लुटत असत. त्याच्याजवळ किमती माल असल्याने त्याला फारच भीती वाटत होती. तो असाच घोड्यावरून जात असताना समोरच्या बाजूने एक अनोळखी प्रवासी घोड्यावरून येताना त्याला दिसला. त्याला पाहून सुशेन घोड्यावरून खाली उतरला आणि एका झाडापाशी थांबला.

तो अनोळखी माणूसही घोड्यावरून उतरला आणि सुशेनच्या जवळचा माल लुटण्याचा प्रयत्न करू लागला. आपला माल वाचवण्यासाठी सुशेनने त्याच्यावर

प्रतिहल्ला केला. तो अनोळखी माणूस खाली पडला. सुशेनने मशाल पेटवून त्या उजेडात पाहिले तो काय, तो माणूस मरण पावला होता. एवढंच नव्हे तर तो अनोळखी माणूस दुसरा तिसरा कोणी नसून त्याच्या स्वत:च्या राज्याचा राजपुत्र होता.

सुशेनने त्याचं शव उचललं आणि ओढत जवळच्या एका मद्यगृहापाशी नेलं. मद्यगृहाचं दार बंद होतं. त्या बंद दाराला त्याने ते शव टेकून ठेवलं. त्यानंतर त्याने त्या माणसाचा घोडा मद्यगृहासमोरील दाराला बांधून ठेवला.

तो राजपुत्र अत्यंत व्यसनी होता. तो गैरवर्तनासाठी प्रसिद्ध होता. त्याचे अनेकांशी भांडणतंटे होत असत. खुद्द राजासुद्धा त्याच्या या वागण्याला कंटाळला होता. पण तरीसुद्धा सुशेनच्या हातून आपल्या राजपुत्राचा खून झाला हे कळताच राजाने ती गोष्ट कधीच सहन केली नसती, उलट सुशेनला नक्कीच देहदंडाची शिक्षा ठोठावली असती. त्यामुळे सुशेन मनातून फार घाबरला.

तो रात्रीच्या अंधारात गुपचूप घरी निघून गेला व दार बंद करून झोपला.

त्यानंतर थोड्याच वेळात त्याच्या दारावर थाप पडली. सुशेनने जरा वेळाने दार उघडले. त्याने मुद्दामच झोपेतून उठून आल्याचा अभिनय केला. तो ओरडला, ''या मध्यरात्रीच्या वेळी मला झोपेतून उठवायला कोण आलं आहे?''

त्यावर दारात उभा असलेला दुकानदार भीतीने थरथर कापत म्हणाला, ''धनी, एक फार भयंकर दुर्घटना घडली आहे. राजपुत्राने दारू प्यायली होती. दारूच्या धुंदीत त्याने दरवाजा रागाने वाजवला. मी दार उघडलं तर तो कोसळून पडला. मी नीट पाहिलं, तर तो मरण पावला होता. मी जाणूनबुजून काहीच केलेलं नाही, पण हे जर राजाला कळलं, तर तो माझा वध करील. काहीतरी करा पण मला तुम्ही वाचवा.''

सुशेन हसून म्हणाला, ''ठीक आहे. मी काहीतरी करतो.''

सुशेनाला एक गोष्ट माहीत होती – राज्याच्या अर्थमंत्र्याचे आणि राजपुत्राचे पैशावरून नेहमीच भांडण होत असे. त्यामुळे त्याने राजपुत्राचे शव अर्थमंत्र्याच्या दाराला टेकवून ठेवले व तेथून गुपचूप निघून गेला.

थोड्या वेळाने सुशेनच्या दारावर थाप पडली. त्याने दार उघडले. त्याच्या अपेक्षेप्रमाणेच अर्थमंत्री दारात उभा होता. तो थरथर कापत होता.

''सुशेन, तुला माहीतच आहे, राजपुत्राचे व माझे पैशाच्या कारणावरून फार भांडण होत असे. त्याने आपल्या विलासी राहण्यासाठी राजाच्या खजिन्यातून पैशांची मागणी केली, की मी ती नाकारत असे. पण कसंही झालं तरी त्याचा खून करावा असं मला मात्र कधीच वाटलं नाही. आज रात्रीच्या वेळी तो बहुधा माझ्याशी भांडण करायलाच माझ्या घरी आला असावा. मी दरवाजा ढकलला तर तो जोरात पडला आणि मरण पावला. पण राजाला जर हे कळलं की माझ्या हातून त्याचा मृत्यू झाला, तर माझी काही खैर नाही. राजा मला नक्कीच शिक्षा ठोठावणार. पण सुशेन, तू

बुद्धिमान आहेस. तूच आता मला वाचव.''

सुशेन हसून म्हणाला, ''काळजी नको करू. मी काहीतरी तोडगा काढतो.''

सुशेनने राजपुत्राचा मृतदेह अर्थमंत्र्याच्या दारातून उचलला आणि तो सरळ राजाच्या शयनकक्षाच्या दारात नेऊन ठेवला.

थोड्या वेळाने परत एकदा दारावर थाप पडली. दारात कोण असेल ते सुशेनला लगेच समजले. त्याने दार उघडले. दारात राजा उभा होता.

''सुशेन एक महाभयंकर गोष्ट घडली आहे. आज रात्री राजपुत्र मद्यधुंद अवस्थेत घरी आला व त्याने माझ्या महालाच्या दारावर थाप मारली. मी दार ढकललं तर राजपुत्र दारात पडलेला होता. मी त्याला उठवायला गेलो तर तो मरण पावला होता. राजपुत्राची वर्तणूक ठीक नव्हती हे तर सर्वश्रुतच आहे. पण तरीही अपघाताने माझ्या हातून माझ्या पुत्राचा मृत्यू झाला ही गोष्ट कोणाच्या कानी जावी असं मला वाटत नाही. लोकांना वाटेल, मी मुद्दामच असं केलं. या बदनामीपासून आता तूच मला वाचव.''

सुशेन म्हणाला, ''महाराज, काळजी करू नका. राजपुत्राचा मृतदेह तुम्ही राजवाड्यामधील एका कक्षात ठेवून दरावाजा लावून घ्या. पहाट झाली की राज्यात शिपायांना दवंडी पिटण्यास सांगा, ''सर्पदंशाने राजपुत्राचा मध्यरात्री मृत्यू झालेला आहे. मी तुमचं हे गुपित कोणालाही सांगणार नाही.''

हे ऐकताच राजाने सुटकेचा नि:श्वास सोडला व तो राजवाड्यात परत गेला.

अशा रीतीने सुशेनने आपल्या अंगच्या चतुराईने आणि प्रसंगावधानाने स्वत:सकट सर्वांनाच या संकटातून वाचवले.

◆

वाटणी

रमेश आणि सुरेश हे खरं तर जुळे भाऊ, परंतु त्या दोघांमध्ये कोणत्याच बाबतीत साम्य नव्हतं. रमेश अंगाने चांगला धिप्पाड, उंचापुरा तर सुरेश मात्र बुटका आणि अशक्त होता. रमेश बडबड्या स्वभावाचा होता. तो अडचणीत सापडलेल्या कोणालाही मदत करण्यास नेहमी तत्पर असे. याउलट सुरेश अत्यंत अबोल व कंजूष होता. ते दोघेही जुळे भाऊ, पण तरीही दोघांचं पटत नसे. त्यांची नेहमी भांडणं होत.

एक दिवस दोघंही खूप दूरच्या गावाला निघाले होते. प्रवास खडतर होता. ते रानावनातून, काट्याकुट्यातून वाटचाल करत निघाले होते. त्यांच्या आईने सोबत शिदोरी बांधून दिली होती. रस्त्यातही त्या दोघांची भांडणं चालूच होती. असंच चालता चालता आणि भांडता भांडता ते एका अतिप्रचंड वडाच्या झाडापाशी आले. त्याच्या समोरच एक तळं होतं. उन्हाळा ऐन भरात होता. तशात दुपारी बाराची वेळ होती. दोघांनाही तहान लागली होती, भूकही लागली होती. आता थांबून जेवण करायचं त्यांनी ठरवलं. निदान एवढ्या एका गोष्टीवर तरी दोघांचं एकमत झालं.

झाडाखाली त्यांच्यासारखे आणखीही काही प्रवासी थांबले होते. काही जेवण करत होते तर काही सावलीत पहुडले होते, विश्रांती घेत होते. सुरेश आणि रमेशने तळ्याकाठी हातपाय धुतले आणि दोघेही आपले आपले डबे उघडून जेवायला बसले. आईने रमेशसाठी तीन पोळ्या दिल्या होत्या तर सुरेशसाठी दोन. ते पाहून सुरेशच्या अंगाचा तिळपापड झाला. खरं तर रमेश अंगाने बलदंड होता. त्याची भूकही जास्त होती, त्यामुळेच आईनं तसं केलं असणार. पण सुरेशला मात्र ते योग्य वाटलं नाही. त्याला आपल्या आईचा राग आला. एवढ्यात एक अनोळखी पांथस्थ त्यांच्याजवळ येऊन म्हणाला, ''मी रस्ता चुकलो आहे आणि भुकेनं अगदी व्याकूळ झालो आहे. माझ्याकडे पैसे भरपूर आहेत, पण इथे जवळपास कुठेही खानावळ दिसत नाही. तुम्ही तुमच्या जवळचं थोडंसं जेवण मला दिलंत तर मी तुम्हाला त्याचा मोबदला देईन.''

सुरेश या गोष्टीला लगेच तयार झाला कारण त्याला पैशाचा मोह पडला. रमेशची मात्र कोणालाही आपल्या वाट्यातील काहीही काढून द्यायची नेहमीच तयारी असे.

तिघंही झाडाखाली बसले आणि जे काही जेवण होतं त्याची सारखी वाटणी करून जेवले. तो पांथस्थ तृप्त झाला आणि निघण्यापूर्वी त्याने पाच चांदीची नाणी

काढून रमेशच्या हाती ठेवली आणि म्हणाला, "देव तुमचं दोघांचं भलं करो. मी तृप्त आणि समाधानी आहे."

अन्न ही एकच गोष्ट अशी आहे, जी अगदी कितीही अधाशी माणसाला कधी ना कधी तरी तृप्त करू शकते. कितीही खादाड माणूस असला तरीही तो आपल्या पोटापेक्षा जास्त खाऊ शकत नाही.

रमेशने आपल्या हातातील दोन नाणी सुरेशच्या हातात ठेवली आणि तीन स्वत:कडे ठेवली. ते पाहून सुरेश संतापला. तो म्हणाला, "हे काही बरोबर नाही. आपण दोघांनी आपापल्या डब्यांमधलं अन्न त्याला दिलं आहे तेव्हा दोघांनाही या पैशांचा सारखा वाटा मिळायला हवा. मला आणखी अर्धं नाणं मिळायला हवं."

रमेश हसून म्हणाला, "मला वाटलं, माझ्या डब्यात तीन पोळ्या होत्या, म्हणून मला तीन नाणी मिळायला हवी आणि तुझ्या डब्यात दोन पोळ्या होत्या, म्हणून तुला दोन नाणी मिळणं योग्य आहे. पण तू जर नाखूष असशील तर मी तुला अर्धं नाणं द्यायला आनंदाने तयार आहे. फक्त माझ्याकडे सुटे नाहीत."

पण सुरेश काही ऐकायलाच तयार नव्हता. तो हट्टालाच पेटला होता. त्याला ताबडतोब अर्धं नाणं हवं होतं. रमेश हताश होऊन जवळपास कोणाकडे मोड मिळते का हे पाहण्यासाठी गेला. जवळच एक प्रवासी निवांत पहुडला होता. त्याने घडलेला सर्व प्रसंग नीट पाहिला होता. सुरेशचा भांडकुदळ स्वभावही त्याच्या लक्षात आला होता.

रमेशने त्याच्यापाशी सुटे पैसे आहेत का, अशी विचारणा करताच तो रमेशला मुद्दामच मोठ्यांदा म्हणाला, "मला वाटतं, इथे अन्याय घडत आहे. तुला तीन नाणी मिळता कामा नयेत. तुम्हाला हवं तर मी हिशोब करून देईन – तुमच्यापैकी कोणाच्या वाट्याला नक्की किती नाणी यायला हवीत, ते मी तुम्हाला बरोबर सांगेन!"

सुरेश ते ऐकून फार खूष झाला. तो म्हणाला, "ठीक आहे. तुम्हीच काय तो निवाडा करा. आम्ही तो मान्य करू."

त्यावर तो प्रवासी म्हणाला, "माझं बोलणं नीट ऐका. तुम्हा दोघांकडे मिळून पाच पोळ्या होत्या. त्या तुम्ही तिघांनी सारख्या वाटून खाल्ल्यात. याचा अर्थच तुम्हाला प्रत्येक पोळीचे तीन समान तुकडे करावे लागले असणार. खरं ना?"

दोघा भावांनी माना डोलावल्या.

प्रवासी म्हणाला, "म्हणजे तुमच्यापाशी एकंदर १५ तुकडे झाले. हे तुकडे तुम्ही सर्वांनी समसमान वाटून खाल्ले म्हणजे प्रत्येकाला पाच तुकडे मिळाले. हो ना?"

दोघा भावांनी ते मान्य केले.

प्रवासी पुढे म्हणाला, "रमेशकडे मुळात नऊ तुकडे होते, त्यापैकी त्याने पाच खाल्ले व आपल्या वाट्याचे चार त्या पांथस्थाला दिले. सुरेशकडे सहा तुकडे होते, त्यापैकी त्याने पाच खाल्ले आणि आपल्याजवळचा फक्त एकच तुकडा त्या पांथस्थाला दिला. हे असंच घडलं ना?"

दोघा भावांनी होकार दिला.

प्रवासी म्हणाला, ''त्यामुळे पाच नाण्यांपैकी चार नाणी रमेशला तर एक नाणं सुरेशला मिळणं योग्य आहे.''

त्याच्या तोंडचं हे वाक्य ऐकताच सुरेशची मान शरमेने खाली झुकली. काही न बोलता त्याने आपल्याजवळचे एक नाणं रमेशला दिलं.

◆

कवडीचुंबक

जान्हू आणि जग्गू हे दोघे जुळे भाऊ. ते दिसण्यास अगदी एकसारखे होते, पण त्यांचे स्वभाव मात्र भिन्न होते. जग्गू मोठ्या मनाचा होता, तर जान्हू अगदी कवडीचुंबक होता.

त्यांचं कुटुंब गावात दानशूर म्हणून प्रसिद्ध होतं. जान्हूला मात्र ही गोष्ट मुळीच पसंत नव्हती. या विषयावरून दोघा भावांमध्ये नेहमी भांडणं होत. अखेर एक दिवस दोघं वेगळे झाले आणि वेगवेगळ्या शहरात जाऊन स्थायिक झाले.

जान्हूची पत्नी रमा ही कनवाळू मनाची स्त्री होती. तिला आपल्या पतीचं वागणं अजिबात पटत नसे. त्याची मुलंसुद्धा घरात अनेकदा आपली नाराजी व्यक्त करत पण जान्हूने आपला कंजूष स्वभाव काही सोडला नाही.

कंजूषपणा तर त्याच्या अंगी आता पुरता भिनला होता. एक दिवस जान्हू आपल्या मित्राच्या घरी गेला. घरी कसला तरी सण होता, त्यामुळे खीर केली होती. मित्राच्या पत्नीने जान्हूला खीर खाण्याचा खूप आग्रह केला, पण जान्हू मात्र खाण्यास तयार नव्हता. आता जर आपण यांच्याकडे खीर खाल्ली, तर कधीतरी या लोकांना आपल्या घरी जेवायला बोलवावं लागेल, अशी भीती त्याला मनातून वाटत होती. अखेर तो काहीतरी सबब सांगून खीर न खाताच बाहेर पडला. पण त्या घरात खिरीचा सुंदर घमघमाट सुटला होता. तो वास त्याला अजूनही अस्वस्थ करत होता. घरात शिरताक्षणीच त्याने आपल्या पत्नीला ताबडतोब खीर बनवण्यास सांगितलं.

रमा ते ऐकून खूष झाली. जान्हूच्या मनात काहीतरी विचारांचं चक्र चालू होतं.

रमाने ताबडतोब खीर बनवण्याची तयारी सुरू केली. ती जान्हूला म्हणाली, ''आपण आज छानशी मेजवानी करू. गावातल्या सगळ्या लोकांना आपल्या घरी खीर खायला बोलावू.''

त्यावर जान्हू रागावून म्हणाला, ''हे बघ, मी अख्ख्या गावाविषयी बोलत नव्हतो.''

''ठीक आहे, मग आपण आपल्या पेठेत राहणाऱ्या लोकांना तरी घरी बोलावू.''

''पेठेतल्या? शक्यच नाही.''

''ठीक आहे, मग निदान मी आपल्या गल्लीत राहणाऱ्या लोकांना तरी निमंत्रण देऊ का?''

''नाही.''

"बरं, मग मी आता फक्त घरच्या चौघांसाठीच खीर बनवते."

"नाही म्हणजे नाही. फक्त माझ्यापुरती खीर बनव म्हणजे झालं."

त्यावर रमा रागावून म्हणाली, "किती स्वार्थी आहात हो तुम्ही. पण फक्त तुमच्यापुरती खीर बनवायची आणि मुलांना द्यायची नाही, हे असलं मी नाही करू शकत. खरं सांगू? मला आता तुमच्यापाशी राहायचंच नाही. तुम्हाला जर खीर खायची एवढीच इच्छा असेल, तर तुम्ही स्वत: बनवा आणि खा."

असं म्हणून जान्हूची पत्नी संतापून घर सोडून निघाली. ती थेट जग्गूच्या घरी गेली.

खिरीचा तो घमघमाट जान्हूच्या डोक्यातून जाईना. पण आपण जर घरात खीर बनवली, तर तिचाही असा घमघमाट सुटेल, मग शेजारी पाजारी येतील, त्यांना कळून चुकेल... असे विचार त्याच्या मनात पिंगा घालू लागले. त्यापेक्षा उत्तम उपाय म्हणजे खिरीचं सगळं सामान घेऊन रानात जावं आणि तिथे खीर शिजवून खावी. असा विचार करून तो रानात जायला निघाला.

इकडे रमा जग्गूच्या घरी जाऊन पोहोचली. तिला रडू आवरत नव्हतं. साश्रूनयनांनी तिने जान्हूच्या विक्षिप्त स्वभावाविषयी जग्गूला सांगितलं. अगदी तपशीलवार. जान्हूचं हे कंजूष वागणं जग्गूला कधीच पसंत नव्हतं. पण आता तर जान्हूने अगदी हद्दच गाठली होती. कुटुंबाचं नाव त्यामुळे खराब होत होतं. या जान्हूला आता चांगला धडा शिकवायचा असं त्याने ठरवलं.

तो रमासह जान्हूच्या गावी आला. दिसायला तो हुबेहूब जान्हूसारखा असल्यामुळे

लोकांना वेगळं काही वाटण्याचं कारणच नव्हतं. तो जान्हूच्या घरासमोर उभा राहून मोठ्यांदा म्हणाला, "काल रात्री देव माझ्या स्वप्नात येऊन म्हणाला, दानशूरपणा हा जगातील सर्वोत्तम गुण आहे. आमच्या वाडवडिलांनी याचं पालन केलं आहे. मी पण आता माझा स्वभाव बदलणार आहे. आजपासून या घराचे दरवाजे सर्वांसाठी खुले आहेत. कोणीही यावं आणि घरातून जे हवं ते उचलून घेऊन जावं. रमा आणि मुलंही माझ्या या विचारांशी सहमत आहेत.''

ते ऐकून लोक फार खूष झाले. लवकरच जान्हूच्या घरासमोर भला मोठा जनसमुदाय जमा झाला. रमा घरातील सर्व सामानसुमान येणाऱ्या जाणाऱ्या लोकांना वाटू लागली. इकडे जग्गू घराबाहेर गेला आणि रखवालदाराला म्हणाला, "हे बघ, माझा जुळा भाऊ जग्गू हा दिसायला हुबेहूब माझ्यासारखाच आहे. पण त्याला माझी असूया वाटते. कदाचित तो येऊन माझ्या या दानधर्माच्या कामात अडथळा आणण्याचा प्रयत्न करेल, आपणच या घराचे मालक असल्याचा दावा करेल. त्यामुळे तो इथे आला तर त्याला पकडून एका खोलीत बंद करून ठेवा. उद्या सकाळपर्यंत त्याला खोलीतच डांबून ठेवा.'' असं म्हणून जग्गू घरात गेला.

इकडे रानात स्वत: शिजवलेली खीर खाऊन जान्हू तृप्त झाला. आपण कितीतरी पैसे वाचवले या आनंदात घरी परतला.

येऊन पाहतो तर काय, घरासमोर माणसांची ही भली मोठी गर्दी. लोक हातात वेगवेगळ्या बहुमूल्य चीजवस्तू घेऊन खुशीत परत चालले होते. ते पाहून आपल्या हृदयावर कुणीतरी आघात करत आहे. असं त्याला वाटलं.

एकीकडे कंजूष जान्हूचा हा असा कायापालट झालेला पाहून लोक त्याला दुवा देत घरी चालले होते.

जान्हूने रखवालदारावर चांगलंच तोंडसुख घेण्यास सुरुवात केली. हे असं घडणार, असं रखवालदाराला आधीपासूनच माहीत असल्यामुळे त्याने क्षणाचाही विलंब न लावता जान्हूला पकडलं, आणि एका कोपऱ्यातल्या खोलीत डांबून ठेवलं.

दुसऱ्या दिवशी सकाळी जान्हूला ठरल्याप्रमाणे सोडण्यात आलं. तो ताबडतोब न्यायाधीशांकडे गेला.

"न्यायाधीश महाराज, माझा जुळा भाऊ जग्गू याने आम्हा दोघांच्या दिसण्यातील सारखेपणाचा गैरफायदा घेऊन लबाडी केली आहे. आपण कृपया माझी मालमत्ता त्याच्याकडून वसूल करून माझी मला परत द्यावी.''

न्यायाधीशांनी रमेला आणि मुलांना बोलावून घेतले. पण तो जान्हू आहे हे त्यांच्यातील कोणीच मान्य करण्यास तयार होईना. मुलं त्याला काका म्हणून हाक मारू लागली तर रमा त्याला 'भावोजी' म्हणाली.

ते ऐकल्यावर जान्हूच्या जिवाचा संताप झाला. तो मुद्दाम त्यांच्या दोघांमध्ये

घडलेल्या प्रसंगाची रमेला आठवण करून देण्यासाठी म्हणाला, ''रमे, अगं तुला आठवत कसं नाही? गेली पाच वर्षं तू माझ्या मागे लागली होतीस, 'गावच्या जत्रेतून हातभर बांगड्या आणा' म्हणून अखेर यावर्षी मी तुला दोन बांगड्या घेऊन नाही का आलो? ते एवढ्यात विसरलीस? कृतघ्न कुठली! आणि मुलांनो, तुमच्या वाढदिवसाला मी तुम्हा दोघांना मिळून एक केळं आणलं आणि त्याचे दोन सारखे तुकडे करून तुम्हा दोघांना दिले, ते विसरलात?''

पण तरीही मुलांच्या व रमाच्या चेहऱ्यावरची रेषसुद्धा हलली नाही.

हा नक्कीच जान्हू असणार, या अशा गोष्टी फक्त त्याच्याच बाबतीत घडू

शकतात, ही गोष्ट न्यायाधीशांच्या लगेच लक्षात आली. पण आपण जान्हू आहोत हे सिद्ध करणारा एकही साक्षीदार त्याच्यापाशी नव्हता त्यामुळे तो जग्गूच आहे, असा निवाडा न्यायाधीश महाराजांनी केला.

आता मात्र जान्हूला खूप एकाकी वाटू लागलं. गेली कित्येक वर्षं कंजूषपणे राहून त्याने इतकी माया जमा केली होती, पण त्याचा आता काहीच उपयोग नव्हता. आपणच जान्हू आहोत, हे पटवून द्यायला काही तो पैसा उपयोगी पडणार नव्हता. त्याच्या सख्ख्या नातलगांनासुद्धा त्याच्याजवळ राहण्याची इच्छा नव्हती. गावातील एकही माणूस जान्हू म्हणून त्याची ओळख पटवण्यास पुढे येत नव्हता.

पैसा म्हणजे सर्वस्व नाही, हे आता त्याला कळून चुकलं. दुःखी मनाने मान खाली घालून तो निघाला आणि पाय नेतील तिकडे चालत सुटला. तो पश्चात्तापाने होरपळत होता. अखेर त्याच्या बायकोला व मुलांना त्याची दया आली आणि त्यांनी त्याला शोधून घरी परत आणलं.

◆

प्रेम

भुवन आणि भैरव या दोघा भावांचं एकमेकांवर निरतिशय प्रेम होतं. ते परस्परांची नेहमी काळजी घेत. सुखदु:खात परस्परांची साथ देत. ते दोघंही शेतकरी होते. एका गावात एकाच घरात गुण्यागोविंदाने राहत असत. काही काळाने त्यांचे विवाह झाले. यथावकाश भुवनला तीन मुलं झाली. भैरवला मात्र मूलबाळ नव्हतं. काही दिवसांनी त्यांच्या बायकांचं आपापसात पटेना. त्यांच्यात वारंवार भांडणं होऊ लागली. अखेर मालमत्तेची वाटणी करून वेगळी बिऱ्हाडं थाटण्याचा निर्णय दोघांना घ्यावा लागला. दोघांची शेतं लागूनच होती. दोघं रोज एकदम घराबाहेर पडत आणि जोडीने नांगरणी, पेरणी, कापणी इ. शेतीची कामंसुद्धा जोडीने करत. वाटण्या झाल्यातरी शेतीची कामं एकत्र करायची आणि धान्यं निम्मं निम्मं वाटून घ्यायचं त्यांनी आपापसात ठरवलं होतं.

एक वर्ष दुष्काळ पडला. म्हणावं तसं चांगलं पीक आलं नाही.

अशीच संध्याकाळची वेळ होती. दोघांनीही आपल्या शेतात उगवलेलं धान्य एकत्र केलं आणि त्याचे दोन सारखे वाटे केले. धान्याचे दोन समसमान ढीग तयार झाले. एक भुवनच्या मालकीचा तर दुसरा भैरवचा. भैरवला काहीतरी कामानिमित्त तातडीने घरी जायचं होतं. तो भुवनला म्हणाला, "मी परत येईपर्यंत माझ्या ढिगाची राखण करशील ना? या भागात चोराचिलटांचा फार उपद्रव होतो." भुवनने अर्थातच होकार दिला.

भैरव निघून गेल्यावर भुवन मनाशी विचार करू लागला. 'हा भैरव आता म्हातारा होत चालला आहे. शिवाय त्याला मूलबाळही नाही. वृद्धापकाळात त्याचा सांभाळ करणार तरी कोण? मला देवाच्या कृपेने तीन मुलं आहेत. आमच्या बायकांचं एकमेकींशी पटत नाही, ही दुर्दैवाची गोष्ट आहे. पण आता इथे कोणी बघायला नाही. त्यामुळे असं करावं, आपल्या ढिगातील पन्नास शेर गहू त्याच्या वाट्याच्या ढिगात घालावा. आपल्या बायकोला ही गोष्ट कळण्याची काहीच शक्यता नाही. यावर्षी दुष्काळ पडलाय. आपल्या भावाला यातून नक्कीच मदत होईल.

त्याने गुपचूप आपल्या वाट्याच्या गव्हापैकी पन्नास शेर गहू आपल्या भावाच्या ढिगात ठेवला आणि चुपचाप बसून राहिला. आपण आपल्या भावाच्या नकळत त्याला मदत केली असल्याचं समाधान त्याला वाटत होतं.

थोड्या वेळाने भैरव परत आला आणि त्याने भुवनला घरी जेवायला पाठवलं.

भैरवने आपल्या धान्याची राखण करावी अशी विनंती आता भुवनने भैरवला केली. भुवन घरी गेला.

इकडे भैरव मनाशी विचार करू लागला, 'भुवन आता म्हातारा होत चाललाय. शिवाय त्याच्या पदरात तीन मुलं आहेत. वाढत्या वयाच्या मुलांचे खर्चही जास्त असतात. आपलं कुटुंब छोटंच आहे. आपण आणि आपली बायको, असे दोघंच. आता भुवनच्या आणि आपल्या पत्नीचं एकमेकींशी पटत नाही ही मोठी दुर्दैवाची गोष्ट आहे. पण नाहीतरी आता इथे कोणी नाहीच. तेव्हा आपण आपल्या वाट्याचा पन्नास शेर गहू भुवनच्या ढिगात गुपचूप ठेवावा. आपल्या पत्नीला काही कळणार नाही. यावर्षी दुष्काळ पडलाय. आपल्या भावाला नक्की याचा उपयोग होईल.

मग त्याने तसे केले आणि गुपचूप बसून राहिला. आपण आपल्या भावाच्या उपयोगी पडल्याचं समाधान त्याच्या चेहऱ्यावर स्पष्ट दिसत होतं.

◆

त्सुनामी

शेशप्पा वयाने शंभरीच्या जवळ पोहोचला होता. त्याच्या अंगभर सुरकुत्या पडल्या होत्या, केस सगळे पांढरे झाले होते. तो पाठीतून वाकला होता. पण त्याची दृष्टी मात्र अजूनही चांगली तीक्ष्ण होती. समुद्र किनाऱ्यावर वसलेल्या कमलपुरा गावात तो राहत असे.

तरुण वयात त्याने मोलमजुरी करून, काबाडकष्ट करून पैशांची बचत केली होती. जमलेल्या पैशांमधून त्याने गावाच्या एका बाजूला असलेल्या टेकडीच्या माथ्यावर एक सुरेख घर बांधलं होतं. तिथून त्याला टेकडीच्या पायथ्याशी पसरलेलं संपूर्ण गाव दिसे. त्या टुमदार घरात तो आपली मुलं, नातवंडं, पतवंडं यांच्यासह मोठ्या सुखाने राहत असे. ते सर्वजण शेती करत.

एक दिवस गावात मोठा उत्सव होता. भव्यदिव्य अशी रथयात्रा निघणार होती. ती यात्रा रात्रीच्यावेळी दिव्यांच्या लखलखाटात काढण्यात येत असे. सर्वच्या सर्व गावकरी मोठ्या उत्साहाने यात्रेत सहभागी होत. त्यावेळी सगळे सारखेच असत. कोणी लहान नाही, कोणी मोठा नाही.

शेशप्पाच्या घरची मंडळी रात्रीचं जेवण करून रथयात्रेत भाग घेण्यासाठी समुद्राकाठच्या मंदिराकडे जायला निघाली, पण शेशप्पा मात्र खूप म्हातारा झाला होता, त्यामुळे त्याने घरीच थांबायचं ठरवलं. तो म्हणाला, ''आता या वयात त्या गर्दीत येण्याइतकी ताकद या शरीरात उरली नाही. मी एकटा घरी थांबेन. तुम्ही सगळे जा आणि मजा करून या. नाहीतरी वर्षातून एकदाच ही यात्रा निघते. खरंच जा सगळे!''

पण शेशप्पाचा पणतू मारा हा मात्र आपल्या वृद्ध पणजोबांना घरी एकटं सोडून जाण्यास तयार होईना. तो पण पणजोबांच्या सोबतीसाठी घरीच राहिला. आपल्या पणजोबांच्या तोंडून त्यांच्या तरुणपणीच्या शौर्यकथा ऐकण्याची त्याला भारी हौस होती.

जाण्यापूर्वी त्याच्या आईने त्याला बोलावून सांगितलं, ''बाळ, सांभाळून राहा. आपण वर्षभराचं धनधान्य आणि गुरांची वैरण घरात साठवून ठेवली आहे. पणजोबांची काळजी घे.'' असं म्हणून ती निघाली.

शेशप्पा अंगणातील खाटेवर बसून माराला एकेक रोमहर्षक कथा सांगू लागला.

समुद्राकडे बघत बघत तो आपल्या तरुणपणातली एक सागरी साहसकथा सांगत असताना अचानक बोलायचा थांबला. त्याने समुद्राकडे नीट निरखून पाहिले.

त्याला समुद्र नेहमीपेक्षा वेगळा भासला. तो म्हणाला, "मारा, मला वाटतं समुद्र आता मागे हटला आहे. खरंच तसं आहे, की मला दृष्टिभ्रम होतोय तू लहान मुलगा आहेस. तुझी नजर चांगली आहे."

माराने बारकाईने समुद्राकडे नीट निरखून पाहिले आणि म्हणाला, "पणजोबा, होय हो. समुद्रकिनारा एखाद्या खेळाच्या मैदानासारखा दिसतोय. हे असं दृश्य मी आजवर कधीच पाहिलेलं नाही."

आता शेशप्पाच्या मनात शंकेची पाल चुकचुकली. तो म्हणाला, "समुद्रकिनारी तुला लाल मासे किंवा खेकडे दिसतायत का?"

माराने एकाग्रदृष्टीने पाहून सांगितले, "होय, पणजोबा."

"तुला वाळूचा मोठा ढीग जमा झालेला दिसतोय का?"

"हो, दिसतोय पणजोबा."

आता शेशप्पा क्षणभर स्तब्ध बसून राहिला आणि नंतर म्हणाला, "बाळा, दर ऐंशी वर्षांनंतर समुद्रावर एक मोठी वावटळ येते. त्यावेळी समुद्र मागे हटतो आणि समुद्रकिनारा खेळाच्या मैदानासारखा दिसू लागतो. लाल मासे आणि खेकडे बाहेर पडतात, वाळूचे ढीग दिसू लागतात. त्यानंतर थोड्याच वेळात राक्षसी, महाकाय लाटा उसळू लागतात आणि त्या समुद्र किनाऱ्यावर येऊन आदळतात. त्या समुद्रकाठी असलेलं सर्व काही उद्ध्वस्त करतात. वस्त्या, गावं. सगळं काही. त्यांना सैतानी लाटा म्हणतात. जपानी भाषेत त्या लाटांना 'त्सुनामी' लाटा म्हणतात. ही घटना काही रोज घडत नाही. समुद्राच्या तळाखाली जेव्हा भूकंप होतो, तेव्हाच असं घडतं. मी तुझ्या वयाचा होतो ना, तेव्हा एकदा असं घडलं होतं."

"पणजोबा, सगळे गावकरी रथयात्रेची तयारी करण्यात दंग आहेत. आपल्या

घरची सगळी माणसं तिकडेच गेली आहेत. मी आत्ताच्या आता पळत तिकडे जाऊन सगळ्यांना ही गोष्ट सांगू का?''

''नको बाळा. आपल्या हातात वेळ फारच कमी आहे. तू इतका लहान आहेस, तुझे पाय हे एवढेसे. तू कधी पळत जाऊन तिकडे पोहोचणार? तोपर्यंत फार उशीर झालेला असेल.''

''मग मी असं करू का? टेकडीच्या टोकावर उभं राहून जोरात ओरडून साऱ्यांना सावध करू का?''

''मारा, बाळा तू इतका लहान आहेस आणि मी हा असा म्हातारा. आपण दोघं मिळून जिवाच्या आकांताने जरी ओरडलो, तरी कोणालाही ते ऐकू येणार नाही.''

असं म्हणून शेशप्पा क्षणभर विचारात मग्न झाला. मग त्याने माराला लाकडाच्या कामट्या आणि काड्यापेटी अशा काही वस्तू आणायला सांगितल्या. माराने घरात जाऊन पणजोबांना हवं असलेलं सामान आणलं.

शेशप्पाने एक मशाल पेटवली आणि घराबाजूच्या गोदामातील धान्याला आग लावून दिली. त्याचप्रामाणे त्याने आपल्या हवेलीलाही आग लावून दिली.

ते पाहून मारा घाबरला. तो म्हणाला, ''पणजोबा, आपल्या कुटुंबाला लागणाऱ्या वर्षभराच्या धान्याचा साठा त्या गोदामात होता. शिवाय आपल्यापाशी हे एकुलतं एक घर होतं. ते सगळं तुम्ही पेटवून टाकलंत? माझ्या आईने जाण्यापूर्वी या सर्वांवर नीट लक्ष ठेवण्याची जबाबदारी माझ्यावर टाकली होती.''

त्यावर शेशप्पा काहीच बोलला नाही.

खाली टेकडीच्या पायथ्याशी जोरात उत्सव चालला होता, इतक्यात कोणाचं तरी लक्ष टेकडीच्या माथ्यावर भडकलेल्या आगीकडे गेलं. टेकडीच्या माथ्यावर एकट्या शेशप्पाचं घर होतं. गावातील सर्वांचं त्याच्यावर प्रेम होतं. कोणीतरी म्हणालं, ''म्हातारा संकटात सापडलाय. त्याच्या घराला आग लागलेली दिसते. चला आपण त्याला वाचवू'' असे म्हणून तो माणूस धावत सुटला. त्याच्यापाठोपाठ जमलेले सगळेच गावकरी धावत सुटले.

एव्हाना शेशप्पाच्या कुटुंबीयांच्या कानावरही बातमी पोहोचली होती.

अशा रीतीने शेशप्पाला वाचवण्यासाठी अख्खं गाव टेकडीच्या माथ्यावर येऊन पोहोचलं.

त्यांनी पाहिलं तर शेशप्पा आणि मारा घरापासून जरा दूरवर उभे होते. ते सुरक्षित असल्याचं पाहताच गावकऱ्यांच्या जिवात जीव आला.

शेशप्पाचा मुलगा म्हणाला, ''आपल्या घराला आग कुणी लावली?''

त्यावर शेशप्पा म्हणाला, ''मी लावली, या हातांनी''

''पिताजी, तुम्ही भ्रमिष्ट तर नाही झाला? आपलं सगळं जळून राख झालं. आता

हातात कटोरा घेऊन दारोदार भीक मागत हिंडण्याची वेळ येणार आहे आपल्यावर.''

यावर शेशप्पा काहीच बोलला नाही. त्याने फक्त समुद्राकडे बोट दाखवलं. एव्हाना मोठमोठ्या राक्षसी लाटा समुद्राच्या किनाऱ्यावर आदळण्यास सुरुवात झाली होती. काठावर वसलेलं गाव पाण्याखाली बुडालं होतं. पण नशिबानं गावात कुणीच नव्हतं. शेशप्पाच्या प्रेमाखातर सर्वच गावकरी त्याच्या घराकडे धावून आले होते. खालचं दृश्य पाहून सर्व लोकांची जणू दातखीळ बसल्यासारखी झाली. एवढ्यात गावचे सरपंच पुढे आले आणि म्हणाले,

"शेशप्पा, आपल्या सर्वस्वाची राखरांगोळी करून तू आज आपल्या संपूर्ण गावाचे प्राण वाचवलेस. या जगात एकूण चार प्रकारचे लोक असतात. नि:स्वार्थी लोक स्वत:साठी न जगता इतरांसाठी जगतात. साधेसामान्य लोक थोडं काम स्वत:साठी तर थोडं दुसऱ्यांसाठी करतात. स्वार्थी लोक – फक्त स्वत:साठी जगतात तर चौथ्या प्रकारचे लोक इतरांचं अहित करण्यात आनंद मानणारे, विध्वंसक वृत्तीचे असतात. शेशप्पा, तुम्ही यापैकी पहिल्या प्रकारात मोडता. एखादी मेणबत्ती जशी स्वत: जळून जगाला प्रकाश देते, तसे आहात तुम्ही.''

यावर शेशप्पा काही न बोलता शांतपणे उभा राहिला.

◆

खासियत

रत्नपूर नगराचा राजपुत्र अमृतसेन याचं आपल्या प्रजेवर अतोनात प्रेम होतं. तो आपल्या प्रजाजनांच्या मताचा आदर करत असे, त्यामुळेच तो अत्यंत लोकप्रिय होता. क्वचित कधीतरी रात्रीच्या वेळी वेषांतर करून तो आपल्या नगरातून फेरफटका मारीत असे. असाच एकदा तो वेषांतर करून फिरत असताना गावाच्या वेशीबाहेर त्याने तीन परक्या माणसांना आपापसात बोलत असताना पाहिलं.

अमृतसेन त्यांच्याजवळ जाऊन म्हणाला, "तुम्ही कोण आहात?"

त्यावर ते म्हणाले, "आम्ही कश्यप ऋषींचे शिष्य आहोत. आम्ही चौदा वर्षे त्यांच्याकडे राहून काही खास विद्या प्राप्त केल्या आहेत. आम्ही या राज्यात प्रथमच येत आहोत."

त्यानंतर पहिला म्हणाला, "मी जमिनीवर पाय आपटून जमिनीच्या पोटात काही दडलेलं असेल तर सांगू शकतो."

त्यावर दुसरा म्हणाला, "मी जमिनीच्या पोटातील खजिना नक्की कुठे दडलेला आहे ते सांगू शकतो."

तिसरा म्हणाला, "मी एखाद्या व्यक्तीला जर केवळ एकदा पाहिलं, तर नंतर ती व्यक्ती कोणताही वेश धारण करून माझ्यासमोर आली, तरी मी तिला लगेच ओळखू शकतो."

मग त्या तिघांनी अमृतसेनला विचारलं, "तू कोण आहेस?"

अमृतसेन क्षणभर विचार करून म्हणाला, "मी आहे एक सामान्य नागरिक, पण माझ्याकडेसुद्धा एक गुण आहे."

"तो कुठला?" तिघे एकदमच म्हणाले.

"कोणत्याही व्यक्तीची कोणत्याही संकटातून मी सुटका करू शकतो."

"पण ही विद्या तू शिकलास तरी कुठे? तुझे गुरू कोण?"

"मला ही विद्या जन्मजातच अवगत आहे. मी ती कोणाकडूनही शिकलेलो नाही."

आता त्या तिघांच्या अंगच्या त्या खास गुणांची परीक्षा घेऊन पाहण्याची राजपुत्र अमृतसेनला इच्छा झाली.

ते सर्वजण चालू लागले. चालता चालता पहिला माणूस रस्त्यात थांबला आणि एका विशिष्ट जागी पाय आपटून म्हणाला, "या ठिकाणी भुयारी मार्ग आहे."

मग सर्वांनी मिळून तेथे खणण्यास सुरुवात केली. खरोखरच त्या ठिकाणी एक भुयार होतं. ते त्या भुयारातून चालू लागले. तो भुयारी रस्ता राजाच्या राजवाड्यात जात होता. थोडं अंतर चालून गेल्यावर दुसऱ्याने अचानक एका कोपऱ्यात बोट दाखवले आणि म्हणाला या ठिकाणी गुप्त खजिना आहे."

ते ऐकून राजपुत्र अमृतसेन आश्चर्याने थक्क झाला. तो त्या तिघांकडे वळून म्हणाला, "तुम्ही इथेच थांबा. मी जरा जाऊन येतो. कदाचित आपण सर्वजण चोर आहोत, असा कोणाचा तरी गैरसमज होऊन बसेल. मी बाहेर पडून पाहून येतो आणि लगेच तुम्हाला येऊन भेटतोच."

त्यानंतर तो त्या भुयाराबाहेर पडला आणि त्याने आपल्या शिपायांना बोलावून घेऊन भुयारात उभ्या असलेल्या तिघा माणसांना अटक करण्याची आज्ञा केली. त्यानंतर तो आपल्या राजवाड्याकडे निघून गेला.

दुसऱ्या दिवशी सकाळी त्या तिघा माणसांना दरबारात हजर करण्यात आलं. त्या माणसांनी समोर पाहिले तर राजाच्या शेजारच्या सिंहासनावर कालचा तो माणूस बसलेला होता. तो खुद्द राजपुत्र आहे हे पाहून त्यांना धक्का बसला.

हे तिघेही अनोळखी वाटसरू राजवाड्याच्या गुप्त खजिन्याच्या जवळपास सापडले, त्यामुळे त्यांना कडक शिक्षा व्हावी अशी राजाने आज्ञा केली. त्या तिघांनी चोरट्या मार्गाने राजवाड्यात शिरून खजिना लुटण्याचा प्रयत्न केल्याचा आरोप त्यांच्यावर ठेवण्यात आला. परंतु राजा त्यांना सजा ठोठावणार इतक्यात राजपुत्र

अमृतसेनने हस्तक्षेप केला. तो म्हणाला, "महाराज, हे तिघे चोर नाहीत. उलट खास विद्या अवगत असलेली ही माणसं आहेत. तेव्हा तुम्ही त्यांना सोडावं. त्यांच्या निरपराधीत्वाची ग्वाही मी देतो."

अशाप्रकारे अत्यंत कठीण परिस्थितीतून त्या तिघांची यशस्वीरित्या सुटका करून राजपुत्र अमृतसेनने आपल्या अंगची खासियत सिद्ध केली.

◆

चतुर चोर

आटपाट नगर होतं, चांगलंच समृद्ध होतं. पण त्या ठिकाणी मधूनमधून किरकोळ चोऱ्या होत असत. रामू हा एक चलाख चोर होता. त्याला आजवर कोणीही पकडू शकलं नव्हतं. त्याच्या भुरट्या चोऱ्या सदासर्वकाळ चालू असत आणि त्या प्रत्येकवेळी तो चोरी करून सहीसलामत सुटे.

एकदा तो असाच रात्रीच्या वेळी आपल्या चोरीच्या कामावर निघालेला असताना त्याला वाटेत एक अनोळखी माणूस भेटला. हासुद्धा आपल्यासारखाच चोर आहे ही गोष्ट रामूच्या लगेच लक्षात आली व त्याने त्या अनोळखी माणसाला पकडलं. दोघांची थोडी बोलाचाली झाली. पण आपल्या दोघांचा धंदा एकच आहे हे दोघांच्याही तात्काळ लक्षात आलं. त्या अनोळखी चोराचं नाव होतं भीमू. रामू भीमूला म्हणाला, "उद्या मी तुझी परीक्षा घेईन. तू जर त्या परीक्षेला उतरलास तर तुला मी माझा भागीदार करून घ्यायला तयार आहे. आपण दोघं मिळून राजाच्या खजिन्यावर दरोडा घालू."

दुसऱ्या दिवशी ठरल्याप्रमाणे ते सुवर्णबाजारात भेटले. रामू म्हणाला, "तो लाल टोपी घातलेला माणूस आहे ना, त्याच्याकडे नीट निरखून बघ. तो फार श्रीमंत दिसतोय. मी त्याच्यापाशी जातो आणि त्याच्या पैशाच्या बटव्यात काय आहे याचा त्याच्या नकळत पत्ता काढून आणतो."

रामू तेथून गायब झाला आणि क्षणार्धात परतला. त्याच्या हातात चक्क एक बटवा होता. दोघांनी तो बटवा उघडून पाहिला. आत दहा सुवर्णमुद्रा होत्या. त्यावर भीमू हसून म्हणाला, "मी याहून मोठी अवघड कामगिरी करून दाखवू शकतो. या बटव्याचा मालक हाच चोर आहे, असं मी सिद्ध करून दाखवेन."

त्यानंतर भीमू त्या श्रीमंत माणसाजवळ गेला व त्याने त्याच्या नकळत तो बटवा त्या माणसाच्या खिशात टाकला. पण तत्पूर्वी त्याने बटव्यातील दोन सुवर्णमुद्रा काढून घेऊन त्याऐवजी दोन तांब्याची नाणी त्यात ठेवून दिली होती.

क्षणभरानंतर त्याने त्या श्रीमंत माणसाचा हात घट्ट पकडला आणि जोरात ओरडू लागला, "चोर! चोर! मला कोणीतरी मदत करा."

तो श्रीमंत माणूस गांगरला. भोवताली तात्काळ गर्दी जमा झाली. भीमू म्हणाला, "या माणसाने माझा पैशांचा बटवा चोरलाय. तो बटवा माझ्याच मालकीचा आहे हे मी सिद्ध करू शकतो. तो याच्या खिशात असून तो पिंगट रंगाचा आहे. त्याच्यात

आठ सुवर्णमुद्रा असून दोन तांब्याची नाणीसुद्धा आहेत.''

असं म्हणून त्याने खिशातून बटवा काढून जमलेल्या लोकांसमोर तो उघडला. भीमूने म्हटल्याप्रमाणे त्यात खरोखरच आठ सुवर्णमुद्रा आणि दोन तांब्याची नाणी निघाली. ते पाहताच जमलेल्या लोकांनी त्या श्रीमंत माणसालाच चोर समजून भरपूर चोप दिला.

भीमू विजयी मुद्रेने तो बटवा घेऊन तेथून निघाला. तो खरोखरच आपल्यापेक्षा धूर्त आणि चलाख आहे अशी रामूची खात्री पटली. त्याने भीमूला तात्काळ आपला भागीदार करून घेतले व दोघांनी एक धाडसी दरोडा घालण्याची योजना आखली.

दुसऱ्या दिवशी ते राजाच्या खजिन्याकडे गेले. खजिना ज्या ठिकाणी ठेवला होता त्या कक्षाच्या छताला भोक पाडून दोघे आत शिरले व तेथून भरपूर सुवर्णमुद्रा चोरून दोघे बाहेर पडले. त्यानंतर त्यांनी ते भोक मोठ्या शिताफीने बुजवून टाकलं व तेथून पळून गेले.

आपल्या खजिन्यात चोरी झाल्याची गोष्ट दुसऱ्याच दिवशी राजाच्या लक्षात आली. खजिना जेथे ठेवला होता तेथे चोवीस तास कडक पहारा असूनही ही चोरी कशी काय झाली हे कोडे काही केल्या उलगडत नव्हते. राजा बुचकळ्यात पडला. त्याच्या जुन्या जाणत्या मंत्र्याने त्याला सांगितले, ''महाराज, हे नक्की दोन माणसांचं काम दिसतं आहे. त्यांच्यापैकी एकजण आत शिरला असेल, तर दुसरा त्याला सावध करण्यासाठी बाहेर थांबला असेल. त्यांनी नक्कीच खजिन्याच्या कक्षाला भोक पाडले असणार आणि ते नंतर बेमालूमपणे बुजवलं असणार. ते भोक कुठे आहे हे शोधून काढण्याचा उत्तम उपाय म्हणजे खजिन्याच्या कक्षात धूर करून कक्ष बंद

करून घ्यावा. धूर ज्या ठिकाणाहून बाहेर निसटेल, तिथे नक्कीच भोक असणार.''

राजाने आपल्या खास विश्वासातील माणसांना तसं करण्यास सांगितलं. छताला भोक असल्याचं त्यांना आढळलं.

त्या वृद्ध मंत्र्याने राजाला एक अभिनव योजना सांगितली. तो म्हणाला, ''महाराज, या दरोड्याची बातमी बाहेर कुणालाही कळता कामा नये. म्हणजे ते चोर काही दिवसांतच परत येतील. आपल्याकडे एक विशिष्ट प्रकारचा गोंद आहे. त्या गोंदाने भरलेला रांजण आपण कक्षात बरोबर छताच्या त्या भोकाच्या खाली जमिनीवर ठेवू. चोराने छताच्या भोकातून खाली उडी मारली की तो त्या गोंदाने भरलेल्या रांजणात पडेल आणि तिथेच चिकटून बसेल. त्याला पळून जाता येणार नाही. एकदा दोघांपैकी एका चोराला आपण पकडलं की त्याच्याकडून दुसऱ्याविषयीची माहिती काढून घेणं मुळीच अवघड नाही.''

राजाने तसंच केलं. रामूने छताच्या भोकातून खाली उडी मारताच तो गोंदाने भरलेल्या रांजणात पडला व त्यात रुतून बसला. रामू भीमूला म्हणाला, ''भीमू तू इथून पळ काढ. मी काही आता यातून बाहेर पडू शकत नाही. मला राजाचे सैनिक तुरुंगात टाकतील. असं तुरुंगात जाण्यापेक्षा मी विष खाऊन जीव देईन.''

भीमू ओरडून म्हणाला, ''रामू, काळजी करू नको. माझ्याबरोबर मी एक खास औषध आणलं आहे. तू जर ते खाशील तर तुझा श्वासोच्छ्वास थांबला आहे असा बघणाऱ्यांना भास होईल. तू मेला आहेस असं त्यांना वाटेल, पण तुला प्रत्यक्षात गाढ झोप लागलेली असेल. तुझी इथून सुटका करणं, ही माझी जबाबदारी.''

भीमूनं दिलेलं औषध रामूनं खाल्लं व भीमू पळून गेला.

दुसऱ्या दिवशी राजा उत्सुकतेने चोराला बघायला आला. चोराचे 'मृत' शरीर पाहून तो निराश झाला. पण मंत्री म्हणाला, ''महाराज, काळजी करू नका. आपण हा मृतदेह गोंदाने भरलेल्या रांजणातून आधी बाहेर काढू. तो देह आपण किल्ल्याच्या मुख्य प्रवेशद्वारापाशी ठेवू व त्याच्याभोवती कडक पहारा बसवू. दुसरा चोर आपल्या साथीदाराचा मृतदेह नेण्यासाठी नक्कीच येईल. तो हा देह कसा पळवून नेतो, ते आपण पाहू.''

संध्याकाळी एक म्हातारा माणूस एक ढकलगाडी घेऊन आला. त्या गाडीवर मद्याने भरलेली चार पिंपं ठेवलेली होती. सकाळपासून राजाचे शिपाई त्या मृतदेहाची राखण करत उभे होते. ते कंटाळले होते. आत्तापर्यंत कोणीच त्या देहावर हक्क सांगायला रडत आलं नव्हतं. संध्याकाळ झाली होती. उन्हं कलली होती. तो म्हातारा त्यांची विनवणी करत म्हणाला, ''धनी, मी म्हातारा माणूस. त्यात थकलोय. ही गाडी ढकलायला मला जरा मदत करता का? त्याबद्दल मी तुम्हा चौघांना मिळून एक दारूने भरलेलं पिंप बक्षीस देईन. अंधार होत चाललाय. किल्ल्याचे मुख्य दरवाजे बंद

होण्याची वेळ आली आहे.''

''नाही, बाबा. आम्ही तुला मदत नाही करू शकत. आम्हाला या प्रेताची राखण करायची आहे ना.''

''पण प्रेताची राखण कशाला करायला हवी? प्रेत काय कुठे पळून जाणार आहे?''

''तसं नाही. पण हा मेलेला माणूस फार धोकादायक होता. त्याच्या शवाचं रक्षण करणं हे आमचं कर्तव्य आहे.''

त्यावर म्हातारा म्हणाला, ''तसं असेल तर मग माझा नाइलाज आहे. मी काय, कसातरी जाईन इथून. तुमचं बोलणं ऐकून मलापण या प्रेताची भीती वाटू लागली आहे. त्याने जर मला काही केलं तर?''

असं म्हणून त्यानं आपली गाडी हळूहळू ढकलायला सुरुवात केली. रखवालदार नाराज झाले. फुकटची दारू मिळत होती ती हातची गेली. नाहीतरी सकाळपासून आत्तापर्यंत त्या मृतदेहावर हक्क सांगायला कोणीही आलेलं नव्हतं. आता यानंतर कोणी येण्याची शक्यता दिसत नव्हती. मग त्यांनी निर्णय घेतला. फुकटची दारू कशाला सोडायची? चौघं उठले आणि म्हाताऱ्याच्या मदतीला धावले. म्हाताऱ्या माणसाने त्यांना स्वखुशीने काम पूर्ण होण्याआधीच एक पिंप देऊन टाकलं. न

राहवून चौघांनी घाईघाईनं थोडं थोडं मद्य चाखून पाहिलं. ते खरोखर अप्रतिम होतं. थोडं म्हणता म्हणता बरंच मद्य त्यांनी अधाशासारखं पिऊन टाकलं.

थोड्याच वेळात चौघं बेशुद्ध झाले.

भीमू पळतच रामूपाशी गेला आणि त्याने स्वत:जवळचं एक दुसरे औषध रामूच्या तोंडात घातलं. रामूला शुद्ध आली. आता त्याने ती ढकलगाडी घेतली व त्याच्यावरील मद्याच्या पिंपांसह ढकलत रस्त्याने एकटाच निघाला. त्याचा संशय कोणालाच आला नाही. तो मद्याचा विक्रेता आहे, असंच सर्वांना वाटलं.

किल्ल्याचं दार बंद करण्यात आलं.

दुसऱ्या दिवशी सकाळी चारही रखवालदारांना जाग आली. पाहतात तर काय – मृतदेह गायब. एवढंच नाही तर तो म्हातारा मद्यविक्रेतासुद्धा त्यांच्याच शेजारी बेशुद्धावस्थेत पडून होता. लवकरच तोही उठून बसला आणि इकडे तिकडे बघत त्याने ओरडाआरडा करण्यास सुरुवात केली.

"बघा काय झालं ते. तुमच्या त्या प्रेतानं आपल्यावर काहीतरी जादूटोणा केला. त्याने माझी गाडी, दारूची पिंपं, सगळं चोरून नेलं. माझा सत्यानाश झाला. माझं सर्वस्व लुटलं गेलं. माझी सगळी आयुष्यभराची पुंजी मी त्या ढकलगाडीत दडवून ठेवली होती. आता तुम्हीच मला माझी गाडी शोधून द्या."

त्याचा तो थयथयाट पाहून शिपाईसुद्धा संतापले, ते म्हणाले, "ए म्हातारड्या! आधी इथून चालता हो. आम्ही तर किती मोठ्या संकटात सापडलो आहोत याची तुला काही कल्पना तरी आहे का? आम्हाला आता काय शिक्षा होणार याची केवढी मोठी काळजी लागून राहिली आहे आम्हाला!"

त्यावर तो म्हातारा हुंदके देत उठला आणि तसाच मुसमुसत त्या चारही शिपयांबरोबर चालू लागला. सर्वजण गडाच्या आत शिरले. थोड्याच वेळात आतल्या माणसांच्या गर्दीत तो दिसेनासा झाला.

ही सगळी हकिकत जेव्हा राजाच्या कानावर गेली तेव्हा तो अत्यंत काळजीत पडला. आता मात्र त्याच्या मंत्र्याने त्याला एक आगळावेगळा सल्ला दिला. तो म्हणाला, "हे दोन चोर विलक्षण बुद्धिमान आहेत. आपण काही त्यांना पकडू शकत नाही. त्याउलट आपण त्यांना त्यांच्या अपराधाबद्दल क्षमा नक्की करू शकतो. मग आपण तसंच करू. तुम्ही राज्यात तशी दवंडी पिटवा आणि या दोघाही चोरांची प्रमुख संरक्षण अधिकारी म्हणून नेमणूक करण्यात येत असल्याचं जाहीर करा. याचं कारण असं, की कोणतीही चोरी झाली की ती करणाऱ्या चोराचा तपास करणं हे त्या संरक्षण अधिकाऱ्यांचं काम असेल. चोराची पावलं चोरालाच ओळखू येतात, नाही का?"

अशा रीतीने ते दोघे चोर राज्याचे कोतवाल झाले!

✦

www.ingramcontent.com/pod-product-compliance
Lightning Source LLC
Chambersburg PA
CBHW051137020726
47501CB00005B/1557
* 9 7 8 8 1 7 7 6 6 9 2 2 0 *